அண்ணாவின் மொழி ஆளுமை

ஆசிரியர்

பேராசிரியர் வீ. ரேணுகாதேவி

இலக்கியா பதிப்பகம்
தமிழர்

நூற்குறிப்பு

தலைப்பு	-	அண்ணாவின் மொழிஆளுமை
ஆசிரியர்	-	பேராசிரியர் வீ. ரேணுகாதேவி
பதிப்பு	-	முதற்பதிப்பு 2019
உரிமை	-	ஆசிரியர்க்கு
அளவு	-	1×8 டெம்மி
பக்கங்கள்	-	123
விலை	-	ரூ.120/-

வெளியிட்டோர் - தமிழகக் கல்வி ஆராய்ச்சி
வளர்ச்சி நிறுவனம்.
48, வட்டசாலை,
கோடம்பாக்கம்,
சென்னை - 600 024

அச்சிட்டோர் - இலக்கியா பதிப்பகம்
தமிழூர் - 627 808
அடைக்கலப்பட்டணம் அஞ்சல்
திருநெல்வேலி மாவட்டம்
பேச - 99407 70433

ISBN. No : 978-93-81101-85-8

பொருளடக்கம்

என்னுரை — 4

1. முன்னுரை — 5
2. அண்ணா – ஓர் அறிமுகம் — 15
3. அண்ணாவின் படைப்புகள் — 40
4. அண்ணாவின் மொழிநடை — 62
5. அண்ணாவின் ஆளுமைத் தொடர்கள் — 113
6. நிறைவுரை — 117

பயன்கொண்ட நூல்கள் — 121

4 அண்ணாவின் மொழி ஆளுமை

என்னுரை

"அண்ணாவின் மொழி ஆளுமை" என்னும் இந்நூல் நடையியல் கோட்பாடுகளின் அடிப்படையில் அண்ணாவின் படைப்புகளில் சிலவற்றை அடிப்படை தரவுகளாகக் கொண்டு எழுதப்பட்ட ஒரு ஆய்வு நூல்.

இந்நூல் எழுதப்படுவதற்கு அடிப்படை தரவுகளாக அமைந்தவை அண்ணாவின் வேலைக்காரி, ஓர் இரவு என்னும் இரு நாடகங்களும், ஒருசில சிறுகதைகளும் ஆகும்.

இந்நூலாக்கத்திற்கு ஜெ. நீதிவாணன் அவர்களின் நடையியல் என்னும் நூலும் பெரிதும் துணை நின்றது. மொழிநடை ஆய்வின் எனக்குப் பெரும் உந்துசக்தியாக இருந்தவர் பேராசிரியர் நீதிவாணன் அவர்கள். அவர் எனக்கு மொழியியலைக் கற்று தந்த ஆசிரியர்களில் ஒருவர். அவரை இவ்வேளையில் நினைவு கூறுவதில் மகிழ்ச்சி அடைகிறோம்.

என் அறிவுத்தேடலுக்கு உறுதுணையாக இருக்கும் என் கணவர் முனைவர் க. பசும்பொன் (மேனாள் இயக்குநர், உலகத் தமிழ்ச் சங்கம், மதுரை) அவர்களுக்கும் என் நன்றியைத் தெரிவித்துக் கொள்கிறேன்.

இந்நூலக்கத்திற்கு பக்கபலமாக இருந்து அனைத்து உதவிகளையும் செய்த இளையமகள் முனைவர் ஜெயபிரியா அவர்களுக்கு என் நன்றியைத் தெரிவித்துக் கொள்கிறேன்.

நான் எழுதும்போதும், படிக்கும்போதும் நான்தான் எழுதுவேன், படிப்பேன் என்று சின்னஞ்சிறு குறும்புகளைச் செய்து என்னைச் சோர்வுறாமல் எழுதத் தூண்டிய இரண்டு வயது பேத்தி கோமுகைக்கு என் அன்பின் வாழ்த்தும் நன்றியும் உரித்தாகுக.

இந்நூலினை நல்லமுறையில் அச்சுக்கு வெளியிட்ட இலக்கியா பதிப்பகத்திற்கும் எனது நன்றி.

-பேராசிரியர் வீ. ரேணுகாதேவி.

1. முன்னுரை

நடை என்ற சொல் பழங்காலந் தொட்டே வழக்கில் இருந்துள்ளது. பல்பொருள் ஒரு சொல்லாகவே இருந்து வந்துள்ளது. இதன் தோற்றத்தை ஆய்ந்தோமானால் Style என்ற சொல் ஆரம்பக் காலத்தில் எழுத்தாணி என்ற பொருளில் வழங்கி வந்துள்ளது. Style என்னும் சொல்லில் இருந்து தோன்றியது தான் Stylistics என்ற நடையியலைக் குறிக்கும் சொல். 1300க்குப் பிறகே, தனியொருவனின் மொழிநடையைக் குறிக்க ஆரம்பித்தது. மரபிலக்கணங்களில் இச்சொல், சொல்லோசை, சொற்றொடர்களில் கையாளப்படும் தன்மை, பண்பு, திறன், போக்கு போன்றவற்றைக் காணும் சொல்லாகப் பயன்படுத்தப்பட்டுள்ளது. (வே.சா.அருள்ராசு 2009:21)

> "இடைதெறிந்து நன்குணர்ந்து சொல்லுக சொல்லின்
> நடைதெறிந்த நன்மையவர்"   (குறள் 712)

என்று திருக்குறளிலும்

> "சொல் நோக்கும் பொருள் நோக்கும்
> தொடை நோக்கும் நடைநோக்கும்
> எந்நோக்கும் காண இலக்கியமாவது"

என்று திருவரங்கக் கலம்பகத்திலும் குறிப்பிடப்பட்டுள்ளது.

படைப்பாளியின் நடையை ஆராய்வதால் என்ன பயன் என்றால், அவ்விலக்கியத்தின் படைப்பாளியை இனம் காணப் பயன்படும்.

நடையியல் ஆய்வினை ஒலிநிலை, சொல் நிலை, தொடர்நிலை என்ற நிலைகளில் ஆய்வு செய்யலாம். அறிஞர் அண்ணா தம் படைப்புகளில் நடைக்கூறுகள், உத்திகள் போன்றவற்றை ஆராய்வதே இவ்ஆய்வு நூலின் நோக்கமாக அமைகின்றது.

குள்ள உருவம், குறும்புப் பார்வை, விரிந்த நெற்றி, பரந்த மார்பு, கறை படிந்த பற்கள், கவலையில்லாத் தோற்றம், நறுக்கப்பட்ட மீசை, நகை தவழும் முகம், சீவாத தலை, சிறிதளவு வெளிவந்த தொப்பை, செருப்பில்லாத கால், பொருந்தமில்லாத உடைகள், இடுப்பில் பொடி மட்டை, கையில் வெற்றிலைப் பாக்குப் பொட்டலம் என்ற தோற்றத்தோடு காட்சியளித்து நிற்கின்றாரே அவர் தான் அண்ணா என நாவலர் நெடுஞ்செழியனால் சுட்டிக் காட்டப் பட்டவர்.

தமிழ்த் தாயின் தலைமகன்
பெரியாரின் போர்ப் படைத்தளபதி
பண்பாட்டுப் பெட்டகம்
காஞ்சிபுரம் தந்தனிப் பெரும்தலைவர்
சாமானிய மக்களின் நம்பிக்கை நட்சத்திரம்
எழுச்சிமிகு பேச்சுக்குச் சொந்தக்காரர்

என்று பலவாறும் போற்றப்பட்டவர். திராவிட ஆட்சிக்கு வித்திட்டவர், இராஜாஜியால் அறிஞர் என மகுடம் சூட்டப்பட்டவர், பட்டு நெசவுக்குப் புகழ் பெற்ற காஞ்சிபுரத்தில் 1907 ஆம் ஆண்டு செப்டம்பர் 15 ஆம் தேதி பிறந்தவர், அனைவராலும் அண்ணா என பேரன்போடு அழைக்கப்படுபவர் சி.என்.அண்ணாதுரை.

மாற்றான் தோட்டத்து மல்லிகைக்கும் மணம் உண்டு என்பதைக் கூறியதோடன்றி கடமை, கண்ணியம், கட்டுப்பாடு என்னும் தாரக மந்திரத்தைப் பின்பற்றி எதையும் தாங்கும் இதயம் கொண்டு வானளாவிய புகழை எட்டிய பெருமகன், தமிழ்த் தாயின் தவப்புதல்வன், அன்னைத் தமிழை அரியணையில் கொலுவீற்றிடச் செய்த தலைமகன் அறிஞர் அண்ணா. தங்குதடையற்ற தமிழ் நடையால் சிறப்புற்று விளங்கியது அவர் தம் படைப்புகள்.

படைப்பின் சிறப்பிற்கு கருத்தும் (Content), வடிவமும் (Stuircture) துணைநிற்கின்றன. கருத்திற்கு ஏற்ப மொழியையும், மொழிக்கேற்ப வடிவத்தையும் கையாள்வது படைப்பாளியின் ஆளுமை ஆகும். கருத்தும் வடிவமும் படைப்பாளியை இனம் கண்டு கொள்ள உதவுகின்றன.

சமுதாய மாற்றத்தினால் அரசியல் மாற்றத்தை ஏற்படுத்த முடியும் என்று அனைவரிடமும் அண்ணா அதற்கேற்பத் தம் கருத்துக்களையும், கருத்துக்கிற்கேற்பத் தம் மொழி நடையையும் அமைத்துக் கொண்டார்.

அண்ணா தமிழுக்கு ஒரு புதுமை தந்தார். அது வேகமான நடை. விறுவிறுப்பான நடை, படைப்போடு சேர்வில் ஆழ்த்தாத நடை, மேன்மேலும் படிக்கத் தூண்டும் நடை, பரவசமூட்டும் நடை அண்ணாவின் மொழிநடை.

உணர்ச்சி வெளியீட்டிற்காகவும் சொல்லப்படும் கருத்திற்கும் அழுத்தம் தருவதற்காகவும் சொல்லையோ கருத்தையோ திரும்பத் திரும்பச் சொல்வதுண்டு. இதுவும் அண்ணாவின் நடையழகில் ஒன்றாகும்.

8 அண்ணாவின் மொழி ஆளுமை

ஆடிடும் பூங்கொடி
பாடிடும் அருவி
கொஞ்சிடும் கிள்ளை
கிள்ளிடும் வெள்ளி மீன்
மருண்ட விழி மான்
ஒளிவிடும் விண்மீன்
சிரித்திடும் முல்லை
பேசிடும் புறாக்கள்

என அடைமொழிகளைத் தொடர்ந்து அமைத்து எழுதும் இயல்பினர். மக்களின் மனதில் ஒரு கருத்தைப் பதிய வைப்பதற்கு அடுக்குச் சொற்களையும், அழகுத் தொடர்களையும் பயன்படுத்தி வெற்றி கண்டுள்ளார். திராவிட இயக்கத்தை வளர்ப்பதற்கு இத்தகு அண்ணாவின் மொழிநடையே உதவியது என்பது சிறப்பாகக் கருதத்தக்கது.

அண்ணாவின் உரைநடை ஒருவித மலர்ச்சியையும் வளர்ச்சியையும் ஏற்படுத்தியது எனலாம். தமிழ் இலக்கியத்திலும், தமிழ்ச் சமூகத்திலும், தமிழக அரசியலிலும் தம் அறிவாலும் ஆளுமையாலும் தனியிடம் பெற்றவர் அறிஞர் அண்ணா. பேச்சில் அவர் கையாண்ட மொழி நடையால் மேடைப்பேச்சும், எழுத்தில் அவர் பயன்படுத்திய மொழிநடையால் உரைநடை இலக்கியமும் பொலிவு பெற்று விளங்கின. அண்ணாவின் தன்னிகரற்ற தன்மையை அண்ணாவின் படைப்புகள் பறைசாற்றின. அண்ணாவின் மொழிநடை அனைவரையும் ஈர்க்கும் ஆற்றல் மிக்கதாக இருந்தது என்பதை எவரும் ஏற்றுக் கொள்வர்.

அண்ணாவின் படைப்புலகம் மிகப் பரந்து விரிந்ததாகும். அவர் தொட்டுப் பார்க்காத இலக்கிய வகைமையே இல்லை எனக் கட்டுரைகள், சொற்பொழிவுகள் எனப் பட்டியல் நீண்டு கொண்டே செல்லும். அவருடைய அத்தனைப் படைப்புகளையும் கூறலாம். பாடல்கள், கதைப்பாடல்கள், சிறுகதைகள், நாடகங்கள், கடிதங்கள், ஆய்வுக்குட்படுத்தி அண்ணாவின் மொழிநடை இது தான் என வரையறை செய்வதுதான் சிறந்த ஆய்வாகும்.

எனினும் கடலினைக் கைக்குள் அடக்குவது என்பது இயலாது என்பதால் அண்ணாவின் ஒர் இரவு, வேலைக்காரி என்ற இரு நாடகங்கள் விரிவாக ஆராயப்பட்டு பெரும்பான்மையான எடுத்துக்காட்டுகள் அவ்விரு நாடகங்களிலிருந்தே கொடுக்கப் பட்டுள்ளன. காலம் கருதியும், விரிவஞ்சியுமே இரு நாடகங்களும், வேறு சில சிறுகதைகளும் மட்டுமே ஆய்வுக்குட்படுத்தப் பட்டுள்ளன.

அண்ணாவின் மொழிநடை என்ற தலைப்பில் பல ஆய்வுகள் ஆய்வுக் கட்டுரைகளாகவும், நூலாகவும் ஏற்கெனவே வெளிவந்துள்ள நிலையில் அண்ணாவின் மொழிஆளுமை என்ற தலைப்பில் இந்நூல் உருவாக்கப்பட்டுள்ளது ஏன்?.

பயன்பாட்டு மொழியியலின் ஒரு பிரிவான நடையியல் என்னும் துறை இருபதாம் நூற்றாண்டின் இறுதியில்தான் கால் கொள்ளத் தொடங்கியது எனலாம். நடையியல் உத்திகளையும் கோட்பாடுகளையும் மேலை நாட்டார் மிக விரிவாக ஆய்வினை மேற்கொண்டிருந்தாலும் தமிழில் ஜெ.நீதிவாணன், இ.சுந்தரமூர்த்தி போன்ற வெகு சிலரே நடையியல் கோட்பாடுகளை உருவாக்கி யுள்ளனர். அக்கோட்பாடுகளை ஒட்டியே இந்நூல் உருவாக்கம் பெற்றுள்ளது.

10 அண்ணாவின் மொழி ஆளுமை

முதன் முதலாக "ஜீவாவின் மொழிநடை" என்ற தலைப்பில் என்னால் உருவாக்கப்பட்ட ஆய்வுக் கட்டுரை பெரும் வரவேற்பைப் பெற்றது. அதைத் தொடர்ந்து "திருக்குறளின் மொழிநடை" "புதுக்கவிதையின் மொழிநடை" என்னும் ஆய்வுக் கட்டுரைகளும் "சங்கப் பெண்பாற் புலவர்களின் மொழிநடை" என்ற ஆய்வு நூலும் வெளிவந்தன.

நடையியல் ஆய்வில் ஏற்பட்ட ஈர்ப்பே அண்ணாவின் மொழிஆளுமை என்னும் இந்நூலும் உருவாகக் காரணமாக அமைந்தது.

தனித்தமிழ் இயக்கத்திற்குப்பின் அரசியல் சார்பற்ற திராவிட இயக்கத்தால் மொழி நடையில் பெரும் மாற்றம் ஏற்பட்டது. சுயமரியாதை இயக்கத்தைப் பரப்புவதில் முனைந்து நின்ற தந்தை பெரியாரின் எழுத்தும் பேச்சும் மக்களிடையே ஒரு மலர்ச்சியை ஏற்படுத்தியது. பேச்சு மொழிநடையையே கையாண்டு தம் கருத்துக்களைப் பரப்புவதில் பெரியார் வெற்றி பெற்றார் எனக் கூறலாம்.

பெரியாருக்குப் பின் வந்த அண்ணா தனக்கென ஒரு தனி நடையை அமைத்துக் கொண்டார். பாமரனும் உணர்ந்து கொள்ளும் வகையில் அவருடைய பேச்சிலும் எழுத்திலும் தனித்துவம் வாய்ந்த ஒரு நடையைக் கையாண்டார். மொழியை எவ்வாறு அழகாகவும் ஆணித்தரமாகவும் பயன்படுத்தலாம் என்பதற்கு அண்ணா அவர்களின் மொழிநடையைச் சான்றாகக் கூறலாம்.

"கேட்டார்ப் பிணிக்கும் தகைய வாய்க்கேளாரும்
வேட்ப மொழிவதாம் சொல்"   (குறள்.643)

என்னும் குறள் நெறிக்கு ஏற்ப கேட்பவரது உள்ளத்தைக் கவருவதோடு மட்டுமல்லாது பகைவரும் கேட்டு மகிழும் வண்ணம் தம் மொழிநடையைப் பயன்படுத்தியுள்ளார்.

அண்ணா, சமுதாயத்தில் நிலவும் ஏழை பணக்காரன், ஆண்டான் அடிமை, பெண் அடிமை, சாதி வேறுபாடு, தீண்டாமை, மூட நம்பிக்கை போன்றவற்றிற்கு எதிராக போராடி வந்தார். இங்கு ஆய்வுக்காக எடுத்துக் கொண்ட இரு நாடகங்களும் சமுதாய சீர்திருத்தக் கருத்துகளை முன் வைத்து எழுதப்பட்ட நாடகங்களேயாகும்.

அண்ணாவின் அடிப்படை நோக்கம் மனிதன் தன் உரிமையைப் பெறுவதற்காக மனிதனிடமே போராட வேண்டும் என்னும் கருத்தை வலியுறுத்துவதாகும். ஓர் இரவு நாடகம் நூற்றுக்கும் மேற்பட்ட மேடைகளில் நடிக்கப் பெற்றது. சம்பவங்கள் ஓர் இரவுக்குள்ளே முடிந்து விடும் கதையமைப்பைக் கொண்டது.

பணக்காரர்கள் அபலைப் பெண்களை ஏமாற்றுவதும், பெண்களைப் போகப் பொருளாகக் கருதுவதும், தம் வீட்டுப் பெண் தவறு செய்தால் கொலை செய்வதும் அன்றைய சமுதாயத்தில் ஏன் இன்று வரையும் சமுதாயத்தில் நடந்து வரும் எதார்த்தம் ஆகும். இக்கருத்தினை அண்ணா ஓர் இரவு நாடகத்தில் வரும் கருணாகரத்தேவர், அவருடைய மனைவி பவானி, கருணாகரத் தேவரால் அனுபவித்துக் கைவிடப்பட்ட அபலை சொர்ணம், மருதூர் மிட்டாதாரர், வேதம் ஆகிய கதைமாந்தர்கள் வழியாக விளக்குகின்றார். தீய செயல்பாடுகளின் மொத்த உருவமாக ஜெகவீரன் என்னும் ஜமீன்தாரைக் காட்டுகிறார். இவர்களுடன் டாக்டர் சேகர், சுசிலா என்னும் காதல் ஜோடிகளும் தோட்டக்காரன் வேலனையும் கதாப்பாத்திரங்களாக உலாவ விட்டுள்ளார்.

12 அண்ணாவின் மொழி ஆளுமை

அண்ணாவின் மற்றொரு நாடகமான வேலைக்காரியும் சீர்திருத்த கருத்துகளை முன் வைக்கும் நாடகமே, மது ஒழிப்பு. கடவுள் பெயரால் நடைபெறும் அக்கிரமங்களை அம்பலப் படுத்துவது, அறியாமை, மூடநம்பிக்கைகள், மேலோர், கீழோர் அடக்குமுறை முதலான பல பகுத்தறிவுக் கருத்துகள் வேலைக்காரி நாடகத்தின் உயிர் நாடியாக அமைந்துள்ளது.

முதலாளி வர்க்கம் தொழிலாளி வர்க்கத்தை எந்த விதத்தில் அடக்கு முறையைக் கையாண்டது என்பதை அண்ணா இந்நாடகத்தில் தெளிவுபடுத்துகிறார். வேதாசல முதலியார், சுந்தரம் பிள்ளையிடம் கடன் கொடுத்து அவரைத் துன்பப்படுத்தி, வீடு வாசல்களை ஏலத்தில் எடுத்தவர், பற்றாக் குறைக்கு வாங்கிய கடனுக்காக வசை பாடுகிறார். மானத்துக்குப் பயந்து மரக்கிளையில் பிணமானவர் ஆனந்தனின் தந்தை.

முருகனின் மகள் அமிர்தம், வேதாசல முதலியாரின் வீட்டில் வேலைக்காரியாக வேலை செய்பவள். அவளை முதலியாரின் மகள் சரசா, வேலைக்காரி என்று அமிர்தத்தைக் கேவலமாகப் பேசுவதையே வேலையாகக் கொண்டவள். அமிர்தத்துக்கு வயசான கிழவனை மணமுடிக்கப் பெண் பார்க்கும் சூழ்நிலையில் கூட வேதாசல முதலியாரும், அவரது மகள் சரசாவும் வற்புறுத்துகின்றனர். அமிர்தம் வயதான கிழவன் என்று கவலைப்படும் நேரத்தில் சரசா எரிகிற நெருப்பில் எண்ணெய் வார்க்கின்ற மாதிரி பேசுகிறாள். முதலியாரின் மகன் மூர்த்தி சரசாவைக் காதலிப்பவன், அவனது திட்டத்தின் படி பொருந்தா மணத்திலிருந்து தப்பித்துக் கொள்கிறாள். தந்தையைக் கொன்றவனைப் பழிவாங்குவதுதான் இக்கதையின் கரு என்பது,

"கத்தியைத்தான் தீட்டினாயே ஒழிய உன் புத்தியைத் தீட்டவில்லை, நீ வேதாசலத்தைக் கொன்று விடுகிறாய் என்று வைத்துக் கொள். ஆனால் இறந்து போன உன் தந்தை பிழைத்து விடுவாரா? ஊரார் உன்னைச் சும்மா விடுவார்களா? அல்லது நீ ஒரு நல்ல காரியத்தைச் செய்து விட்டாய் என்று போலீஸ்காரர்கள் உனக்கு மெடல் கொடுப்பார்களா? ஆனந்தா வேண்டாம் இந்த விபரீத புத்தி"

என்னும் வரிகள் மூலம் திறம்பட விளக்கப்படுகின்றது.

அண்ணாவின் அழகு நடை பற்றிய இவ்வாய்வு அண்ணாவின் மொழி ஆளுமையையும், சொல்லாட்சியையும், அவர் கையாண்ட நடை உத்திகளையும், நடை வகைகளையும், உலகிற்கு எடுத்துரைக்கவும் அண்ணாவின் புலமையை உலகளாவிய நிலையில் அடையாளங்காட்டவும், உலக மக்களிடத்தே எடுத்துச் சொல்லவும் ஒரு வாய்ப்பாக அமையும் என்பதில் ஐயமில்லை.

அண்ணாவின் "ஓர் இரவு" "வேலைக்காரி" நாடகங்கள் அவரை நாடக ஆசிரியராகப் பிரபலப்படுத்தின. புகழ் பெற்ற பத்திரிகையாளர் கல்கி அவர்கள் அண்ணாவை "தென்னாட்டு பெர்னார்ட்ஷா" என உள்ளம் உவப்பப் பாராட்டினார். ஆங்கில நாடங்களை ஆழ்ந்து கற்றவர். அண்ணாவின் இந்த ஆங்கில அறிவின் தாக்கத்தால் அவர்தம் படைப்புகளில் ஆங்கில சொற்கள் அதிகம் பயன்படுத்தியுள்ளார். நாடக உரையாடல் எழுதுவதில் பேச்சுத் தமிழையும் கலந்து எழுதும் போக்கு காணப்படுகின்றது. கருத்துப் பிரச்சாரங்களுக்கு இந்நாடகங்கள் பெரிதும் துணைபுரிந்தன. தமிழ் மேடை நாடக வரலாற்றில் புரட்சி செய்ததால் பலநூறு முறை நடிக்கப் பெற்றவை இந்நாடகங்கள்.

"அறிஞர் அண்ணாவின் பேச்சிலும் எழுத்திலும் எதுகை மோனைச் சிறந்து விளங்கும். அடை

மொழிக்கும், அடுக்கு மொழிக்கும் கூறவந்த கருத்தை விட வலுவுற்று நிற்கும் பயனடையை முன்னிறுத்தி எழுவாயை அதன்பின் அமைந்த மொழிநடைப் பாங்கு இவர்தம் நடையின் தனிச்சிறப்பாகும்"

என்பார் இ.சுந்தரமூர்த்தி (1994:69).

அண்ணா மக்களின் மனதில் ஒரு கருத்தைப் பதிய வைப்பதற்கு அடுக்குச் சொற்களையும், அழகுத் தொடர்களையும் பயன்படுத்தி வெற்றி கண்டுள்ளார்.

திராவிட இயக்கத்தை வளர்ப்பதற்கு அண்ணாவின் மொழி நடையே பெரிதும் உதவியது என்பது சிறப்பாகக் கருதத்தக்கது.

அண்ணாவின் மொழிநடை பற்றிய ஆய்வு இங்கு "அண்ணாவின் மொழிஆளுமை"யாக எடுத்துரைக்கப்பட்டுள்ளது.

அண்ணாவைப் பற்றிய ஆய்வுகளை மேற்கொள்ளும் ஆய்வாளர்களுக்கு அண்ணாவின் அறிமுகம், அண்ணாவின் படைப்புகளும் உறுதுணையாக இருக்கும் என்ற வகையில் இந்நூலில் சேர்க்கப்பட்டுள்ளன.

2. அண்ணா – ஓர் அறிமுகம்

அண்ணாவிற்கு அறிமுகமா என்னும் கேள்வி பலர் மனதிலும் எழலாம். வருகின்ற தலைமுறைக்கு எடுத்துரைக்கவே அண்ணாவைப் பற்றிய இச்சிறு அறிமுகம். படைப்பாளியின் வாழ்க்கைக்கும் அவனது படைப்புகளுக்கும் மிகுந்தத் தொடர்பு உண்டு. படைப்பாளியின் எண்ணங்களின் வெளிப்பாடே அவனுடைய படைப்புகள். படைப்புகளின் வழி படைப்பாளியின் வாழ்வையும் அறியலாம். அவ்வகையில் அண்ணா பற்றிய அறிமுகமாக இவ்வியல் அமைகின்றது.

தமிழக மக்களால் பெரிதும் மதிக்கப்பட்ட தலைவர்களுள் ஒருவர் அறிஞர் அண்ணா. அவர் சிறந்த தலைவராகவும், சொற்பொழிவாளராகவும், எழுத்தாளராகவும் விளங்கினார். கதை, கவிதை, கட்டுரை, நாடகம் ஆகிய இலக்கிய படைப்புகளின் மூலம் தம் சமூக சீர்திருத்தக் கருத்துக்களை வெளியிட்டவர். அண்ணாவிடம் அமைந்த பல்வேறு ஆற்றல்கள் அவரைப், "பேரறிஞர்" எனப் புகழ வைத்தன. நுண்ணறிவும், நூலறிவும், பட்டறிவும், பகுத்தறிவும் ஆகிய அனைத்தும் ஒருங்கே அமைந்தவர் அண்ணா என்று தமிழுலகம் பாராட்டும்.

"கடந்த 40 ஆண்டுகளை 1930-70 அண்ணாவின் சகாப்தம் என அறிஞர் உலகம் அழைக்கிறது. எழுத்தால், பேச்சால், அரசியல் மாற்றங்களால் பெரும் பங்களிப்பைச் செய்தவர் அண்ணா. இலக்கிய வடிவில் அவர் செய்த சோதனைகள் பல.

பழந்தமிழ் இலக்கியப் பயிற்சியும், பெருங்காப்பியங்களில் ஆய்வும், புதிய இலக்கியங்களில் ஈடுபாடும், சமகால இலக்கியங்களை ஏற்றுக் கொள்வதும் ஆகிய பண்புகள் அண்ணாவிற்கு அமைந்துவிட்டன. இயல், இசை நாடகங்களில் ஆழ்ந்த கருத்தைச் செலுத்திய அண்ணா ஒரு பல்துறை அறிஞர். ஆய கலைகள் 64இன் உள்ளார்ந்த உண்மைகளை உணர்ந்த அருங்கலை விநோதர். தமிழ் மேடையை, தமிழ் உரைநடையை வளர்த்த அண்ணா தமிழ் நெஞ்சங்களில் என்றும் நிலைத்து நிற்பார். அண்ணாவின் படைப்புக்களே அவருக்கு என்றும் நின்று நிலவும் நிலைத்த நினைவுச் சின்னங்கள்" என்பதால் அண்ணாவின் சிறப்புகளை நன்கு உணரலாம்.

சமூக அநீதியை எதிர்த்துக் குரல் கொடுக்க எழுத்தைக் கணையாகப் பயன்படுத்தினார். தமிழ் இனம் தாழ்ந்தற்கான காரணங்களையும் நாடு இனம் முன்னேறுவதற்கான வழிகளையும் தம் படைப்புகளின் மூலம் வெளிப்படுத்தியுள்ளார். சமுதாயத்தில் காணப்படும் குறைகளை ஆராய்ந்து, அவற்றை நீக்கும் வழிகளையும் சுட்டிக் காட்டியுள்ளார். மனித சமுதாயம் மேம்படுவதற்குரிய கருத்துகள் அண்ணாவின் படைப்புகளில் ஆணிவேராக அமைந்துள்ளன.

அண்ணா ஒரு சரித்திரம்

அண்ணா இலட்சியக் கோட்பாடு உடையவராகவும், சமதர்மக் கோட்பாடு உடையவராகவும் விளங்கினார்.

"அண்ணா என்பது தமிழ் வரலாற்றில் கீர்த்தி மிக்க பெயர். அவர் தமிழ்ப் பண்பாட்டின் முழுமையான வடிவமாகத் திகழ்ந்தார். அவர் ஒரு சரித்திரம்" என்பார் அரு.சின்னசாமி.

சொல்லாற்றல் மிக்க அண்ணா மிகக் கடினமான கருத்துகளையும், எளிய முறையிலும், அழகான முறையிலும்

சொல்லும் ஆற்றல் பெற்றவராக விளங்கினார். அண்ணாவின் கருத்துக்கள் மக்கள் மனதில் நிலைத்து நிற்கக் கூடியவையாகவும் எளிமையாக நினைவில் வைத்துக் கொள்ளக் கூடியவையாகவும் அமைந்துள்ளன.

கடமை, கண்ணியம், கட்டுப்பாடு என்ற தாரக மந்திரத்தால் இச்சமுதாயத்தைச் சீர்திருத்த விரும்பினார்.

தமிழ் நாவல் உலகத்தில் நாம் கேட்கும் குரல்களில் அண்ணாவின் குரல் தனித்துவத்தோடு ஒலிக்கிறது. சமுதாய மாற்றத்திற்கு எழுத்தே ஏற்ற கருவி என்பதை நன்கு உணர்ந்தவர் அவர். அவரெழுதியுள்ள "பார்வதி பி.ஏ." "ரங்கோன் ராதா" ஆகிய நாவல்கள் சமுதாய சீர்திருத்த நாவல்கள் என்ற வரிசையில் சிறப்பிடம் பெறத்தக்கவை.

அனைவராலும் மிகவும் பிரபலமாக அண்ணா அல்லது அறிஞர் அண்ணா என அழைக்கப்பட்ட காஞ்சிபுரம் நடராஜன் (கா.ந.) அண்ணாதுரை, முதலில் திராவிட மற்றும் தமிழ்நாடு தென்னிந்திய மாநில முதலமைச்சராக காங்கிரஸ் அல்லாத தலைவராக இருந்தார். ஒரு நடுத்தர வர்க குடும்பத்தில் பிறந்த கா. ந. அண்ணாதுரை அரசியலில் இறங்குவதற்கு முன்பு ஒரு பள்ளி ஆசிரியராகவும், பத்திரிக்கையாளராகவும் பணியாற்றினார். திராவிடக் கட்சி, திராவிடக் கழகம் மூலம் தன்னுடைய அரசியல் வாழ்க்கையைத் தொடர்ந்த கா.ந. அண்ணாதுரை பிறகு தன்னுடைய ஆதரவாளர்களுடன் திராவிட முன்னேற்றக் கழகம் (தி.மு.க) என்ற தனது சொந்தக் கட்சியை உருவாக்கினார். அரசியல் உலகில் மிகவும் செல்வாக்குப் பெற்று விளங்கிய அண்ணா அவரின் மறைவிற்கு பின், இவரது பெயரால் "அண்ணா திராவிட முன்னேற்றக் கழகம்" (அதிமுக) என்ற ஒரு கட்சி எம். ஜி ராமச்சந்திரனால் 1972 ஆம் ஆண்டு துவங்கப்பட்டது. தமிழக முதல்வராகத் தன்னுடைய முதல்வர் பணியைச் சிறப்பாகச் செய்த

அண்ணாவின் புகழ் சாதாரண மக்களிடையே பெரும் புகழைத் தேடித் தந்தது. இவர் நவீன இந்தியாவின் செல்வாக்கு மிகுந்த, வலிமையான அரசியல் தலைவர்களுள் ஒருவராகக் கருதப் படுகிறார். அது மட்டுமல்லாமல் இவர் அனைவராலும் பாராட்டுப் பெற்ற ஒரு சிறந்த பேச்சாளராகவும், தமிழ் மற்றும் ஆங்கில இலக்கிய எழுத்தாளராகவும் மற்றும் ஒரு மேடை நாடககாராகவும் புகழ் பெற்றார்.

ஆரம்ப வாழ்க்கை

அண்ணா அவர்கள் நடராஜன் மற்றும் பங்காரு அம்மாளுக்கு மகனாக செப்டம்பர் 15, 1909-ல் காஞ்சிபுரத்தில் பிறந்தார். இவர் செங்குந்த முதலியார் வகுப்பைச் சார்ந்த ஒரு நடுத்தர நெசவாளர் குடும்பத்தைச் சேர்ந்தவர். இவர் தனது பள்ளிப் படிப்பைச் சென்னையிலுள்ள பச்சையப்பா உயர்நிலைப் பள்ளியில் தொடங்கினார். ஆனால் தன்னுடைய குடும்ப பொருளாதாரச் சூழ்நிலைக் காரணமாகத் தனது பள்ளிப்படிப்பைப் பாதியில் நிறுத்திவிட்டு, காஞ்சிபுரம் நகராட்சி அலுவலகத்தில் எழுத்தராக வேலை புரிந்தார். பிறகு அவர் தன்னுடைய பட்டப் படிப்பைப் பச்சையப்பா கல்லூரியில் தொடர்ந்தார்.

1930-ல் தனது 21வயதில் ராணியை மணம் முடித்தார். பின்னர் 1934-ல் பி .ஏ (ஹானர்ஸ்) பட்டமும், பிறகு எம். ஏ (பொருளாதாரம் மற்றும் அரசியல்) முதுகலைப் பட்டமும் பெற்றார். தன்னுடைய கல்லூரி வாழ்க்கைக்குப் பிறகு ஆங்கில ஆசிரியராகப் பச்சையப்பன் உயர்நிலைப் பள்ளியில் தனது ஆசிரியர் பணியைத் தொடர்ந்தார். ஆனால், குறுகிய காலத்திலேயே ஆசிரியர் தொழிலை விட்டு பத்திரிக்கை மற்றும் அரசியலில் ஈடுபாடு கொண்ட அண்ணா தன்னை முழு அரசியல்வாதியாகத் தன்னுடைய வாழ்க்கைப் பயணத்தைத் தொடங்கினார்.

அண்ணாவின் அரசியல் தொடக்கம்

தனது கல்லூரி வாழ்க்கைக்குப் பிறகு அரசியலில் ஈடுபட மிகவும் ஆர்வம் கொண்ட அண்ணா 1934ஆம் ஆண்டு கோயமுத்தூர் மாவட்டம் திருப்பூரில் நடந்த ஒரு இளைஞர் மாநாட்டில் பெரியாருடனான முதல் சந்திப்பு ஏற்பட்டது. அவருடைய கொள்கைகள் மிகவும் அவரை ஈர்த்தது. அதனால் பெரியாரின் நீதி கட்சியில் சேர்ந்து அரசியல் பணியாற்றினார். பிறகு பெரியாருக்கும் அண்ணாவுக்கும் ஏற்பட்ட கருத்து வேறுபாட்டால் நீதிக் கட்சியிலிருந்து பிரிந்து "திராவிட முன்னேற்றக் கழகம்" (தி.மு.க) என்ற தனது சொந்தக் கட்சியை 1949ல் உருவாக்கினார். நீதி கட்சி பத்திரிகையின் உதவி ஆசிரியராக இருந்த இவர், பிறகு விடுதலை மற்றும் அதன் துணை பத்திரிக்கையான குடியரசுப் பத்திரிக்கைக்கு ஆசிரியராகப் பணியாற்றினார். அது மட்டுமல்லாமல் "திராவிட நாடு" என்ற தலைப்பில் ஒரு தமிழ் இதழையும் தொடங்கினார்.

திமுக உருவாக்கம்

இந்திய சுதந்திரப் போராட்டத்தின் போது காலனி ஆதிக்கத்தை இந்திய தேசியக் காங்கிரசு மிகவும் வன்மையாகக் கண்டித்தது. ஆனால் இந்தக் கட்சி பெரும்பாலும் பிராமிணர்கள், வட இந்தியர்களின் ஆதிக்கம் மிகுந்த கட்சியாக இருக்கிறது என்று பெரியாரால் விமர்சிக்கப்பட்டது. இதனால் சுதந்திர தினமான ஆகஸ்ட் 15, 1947ஐ கறுப்பு தினமாக அறிவிக்க தனது தொண்டர்களுக்கு அழைப்புவிடுத்தார் பெரியார். இதனை ஏற்றுக்கொள்ள மறுத்த அண்ணா "இந்தியாவின் சுதந்திரம்" இந்தியாவில் உள்ள அனைவரின் போராட்டத்தினாலும், வியர்வையாலும் கிடைக்கப்பெற்ற ஒன்று. அது ஆரிய மற்றும் வடஇந்தியர்களால் மட்டும் பெறப்பட்டது அல்ல என்றார். இதனால் இருவருக்கும் கருத்து வேறுபாடு ஏற்பட்டு 1948ல் நடந்த "திராவிடக் கட்சியின் கட்சி" கூட்டத்திலிருந்து

அண்ணா வெளியேறவும் நேர்ந்தது. அது மட்டுமல்லாமல் பெரியார் தன்னைவிட 40 வயது இளையவரான மணியம்மையை மணந்ததால் அண்ணாவும் அவருடைய ஆதரவாளர்களும் திராவிடக் கட்சியை விட்டு வெளியேறி 1949ல் "திராவிட முன்னேற்றக் கழகம்" (தி.மு.க) என்ற தனது சொந்தக் கட்சியைப் பெரியாரின் மருமகன் இ.வி.கே சம்பத்துடன் இணைந்து உருவாக்கினார். இக்கட்சி குறுகிய காலத்தில் மக்களிடையே பெரும் செல்வாக்கையும், ஆதரவையும் பெற்றது.

திராவிட நாடு

பெரியாரின் திராவிடர் கழகத்தில் இருந்த போது, அண்ணா பெரியாரின் திராவிட நாடு கொள்கைக்கு ஆதரவு அளித்தார். ஆனால், பெரியாரின் வாரிசாகக் கருதப்பட்ட அவரின் மருமகனான இ.வி.கே சம்பத் இக்கொள்கைக்கு மறுப்பு தெரிவிப்பது மட்டும் அல்லாமல் பெரியாரின் திராவிடர் கழகத்தை விட்டு திமுகவிலும் இணைந்தார். ஆனால் அண்ணாவின் திமுக கட்சி தமிழ்த் திரைப்படக் கலைஞர்களை முன்னிறுத்தி செயல் பட்டதை விரும்பாத இ.வி.கே. சம்பத், தி.மு.கவிலிருந்து விலகி 1961-ல் "தமிழ் தேசியவாதக் கட்சி" என்ற தனிக் கட்சியைத் தொடங்கினார்.

1962 ல் நடந்த மாநிலங்கள் அவையில் அவர் பேசுகையில், "நாங்கள் கோருவது தென்னிந்தியா என்ற நாடு" என்று உரையாற்றினார். அதன் பிறகு இந்தியா மொழிவாரி மாநிலமாகப் பிரிக்கப்பட்டு, தமிழர்கள் வாழும் பகுதி மதராஸ் (தமிழ் நாடு) மாநிலமாக உருவாக்கப்பட்டது. "அண்ணா திராவிட நாடு, திராவிடர்க்கே" என்ற உண்மையை உணர்ந்து அவர் அக்கொள்கையைக் கைவிட்டார்.

இந்தி எதிர்ப்பு

1928-ல் மோதிலால் நேரு அவர்கள் அதிகாரப்பூர்வ மொழியாகப் பயன்படுத்த ஹிந்தியைப் பரிந்துரைத்த போது, தமிழக மக்கள் மற்றும் அரசியல்வாதிகளும் ஹிந்தி வட இந்தியர்கள் முக்கிய மொழியாக இருப்பதால் மற்ற மொழிமக்கள் இரண்டாம் தர குடிமக்களாகக் கருதப்பட வேண்டும் என்று கருதி கடுமையாக எதிர்த்தார்கள். இதன் தொடக்கமாகக் காங்கிரஸ் கட்சி 1938-ல் மதராஸ் மாகாணத்தில் சி. ராஜகோபாலாச்சாரி தலைமையில் அனைத்து பள்ளிகளிலும் கட்டாய மொழியாக இந்தியைப் பயன்படுத்தப் பரிந்துரைக்கப்பட்டது. ஆனால் இதை விரும்பாத அண்ணா, முதல் பாரதிதாசன், தமிழ் ஆன்றோர்கள், புலவர்கள், அரசியல் தலைவர்கள் என அனைத்து தமிழ் பற்றாளர்களும் தங்களுடைய எதிர்ப்பை வெளிப்படுத்தினர். இது மிகப்பெரிய போராட்டமாக வெடித்தது மட்டுமல்லாமல் போராட்டத்தில் ஈடுபட்டவர்கள் கைது செய்யப்பட்டு சிறையிலும் அடைக்கப் பட்டனர். இந்த போராட்டத்தில் நடராஜன் என்பவர் தமிழுக்காக உயிரையும் தியாகம் செய்தார். அவரின் இறப்பு, இந்தி எதிர்ப்புப் போராட்டத்திற்குப் ஒரு முக்கியத் தூண்டுகோலாகவும் இருந்தது. இதன் விளைவாக பிப்ரவரி 1938 ஆம் ஆண்டு காஞ்சிபுரத்தில் நடைபெற்ற இந்தி எதிர்ப்பு போராட்டத்தில் அண்ணாதுரை, பாரதிதாசன் உட்பட பல தமிழறிஞர்கள் கலந்துகொண்டு தங்களுடைய எதிர்ப்பை வெளிபடுத்தினர்.

1950 இல், இந்தியா ஒரு குடியரசு நாடாக மாறிய போது, இந்தியை இந்தியாவின் அலுவலக ஆட்சி மொழியாக 15 ஆண்டிற்குப் பின் 1965 இல் நடைமுறைபடுத்தப்படும் என அறிவிக்கப்பட்டது. இந்த அறிவிப்பு தமிழக மக்களிடையே பெரும் கவலையை ஏற்படுத்தியது. இதனால் 1960-ல் திமுக கட்சி

அண்ணாவின் தலைமையில் கட்டாய இந்தி மொழித் திணிப்பை எதிர்த்து, சென்னையில் உள்ள கோடம்பாக்கத்தில் "இந்தி எதிர்ப்பு மாநாடு" நடத்தப்பட்டது. பிறகு இந்திய குடியரசுத் தலைவர் வருகையின் பொழுது கருப்புக்கொடி காட்டி தங்களின் எதிர்ப்பைத் தெரிவித்தனர். இதனைக் கண்ட இந்தியப் பிரதமர் ஜவஹர்லால் நேரு இந்தி பேசா மக்கள் விரும்பும் வரை ஆங்கிலமே ஆட்சி மொழியாக நீடிக்கும்வண்ணம் இந்திய அரசியல் அமைப்பில் சட்டத் திருத்தம் நிறைவேற்றினார். அதன் பிறகு கருப்புக்கொடி ஆர்ப்பாட்டம் கைவிடப்பட்டது. இந்தப் போராட்டம் 1967 ஆம் ஆண்டு நடந்த தேர்தலில் அண்ணா வெற்றி பெற ஒரு முக்கியக் காரணமாகவும் அமைந்தது.

தமிழக முதல்வராக அண்ணா

1967 ஆம் ஆண்டு நடந்த தேர்தலில் காங்கிரஸ் கட்சியை எதிர்த்து ஒன்பது மாவட்டங்களில் தி.மு.க வெற்றி பெற்றது. ஆனால் காங்கிரஸ் கட்சி சென்னையில் மட்டுமே வெற்றி பெற்றது. இந்த வெற்றியின் மூலம் 1967 பிப்ரவரியில் சென்னை மாநில முதல் அமைச்சர் ஆனார் அண்ணா. ஆட்சிப் பொறுப்பை ஏற்றதும் சுயமரியாதைத் திருமணங்களைச் சட்டபூர்வமாக்கி தனது திராவிடப் பற்றை உறுதிபடுத்தினார். மேலும் மதராஸ் மாநிலம் என்றிருந்த சென்னை மாகாணத்தைத் "தமிழ் நாடு" என்று பெயர் மாற்றி தமிழக வரலாற்றில் நீங்கா இடம் பெற்றார். அது மட்டுமல்லாமல் கர்நாடகா, ஆந்திர பிரதேசம், மற்றும் கேரளா போன்ற அண்டை மாநிலங்களில் நிலவும் மூன்று மொழித் திட்டத்துக்கு எதிராக தமிழ், ஆங்கிலம் என்ற இரு மொழிக் கொள்கையை அமலப்படுத்தினார். பின்னர் ஜனவரி 3, 1968 ஆம் அண்டு "இரண்டாம் உலகத் தமிழ் மாநாடு" நடத்தப்பட்டது. ஏப்ரல்-மே 1968 இல் வேல் என்ற அமெரிக்க பல்கலைக்கழகம் இவருக்கு

"சுபப் பெல்லோஷிப்" என்ற விருதை வழங்கிக் கௌரவித்தது. இந்த விருதைப் பெற்ற அமெரிக்கர் அல்லாத ஒரு இந்தியர் என்ற பெருமையைத் தேடித்தந்தது. பின்னர் அதே ஆண்டில், அவருக்கு அண்ணாமலைப் பல்கலைக்கழகத்தின் மூலமாக கௌரவ முனைவர் பட்டமும் வழங்கப்பட்டது.

கடமை

தமிழக முதலமைச்சராக அண்ணா பொறுப்பேற்ற கால கட்டத்தில், அரிசி வெளி மாநிலங்களுக்குச் செல்லக்கூடாது என்ற கட்டுப்பாடு இருந்தது. ஒரு நாள் அண்ணா விருத்தாசலம் கூட்டத்தை முடித்து விட்டுத் திரும்பிக் கொண்டிருந்தார். வழியில் சோதனைச் சாவடியில் அவரது கார் நிறுத்தப்பட்டது. அங்கிருந்து வருவாய் அலுவலர் கரோட்டியிடம் கார் டிக்கியைத் திறந்து காட்டு என்றார். அவரும் கார் டிக்கியைத் திறந்து காட்டினார். டிக்கி முழுவதும் மாலைகள், கைத்தறி ஆடைகள், வாழ்த்துமடல்கள் இருந்தன. அவற்றைப் பார்த்த பிறகு தான் அந்த அலுவலருக்கு வண்டியில் வந்தது யார் என்பது புரிந்தது. உடனே அவர் அண்ணாவின் அருகில் சென்று, "தெரியாமல் நடந்து விட்டது மன்னித்துக் கொள்ளுங்கள்" என்றார். ஆனால் அண்ணா அவர் உதவியாளரிடம் "இந்த அலுவலரின் பெயரைக் குறித்துக் கொள்ளுங்கள்" என்றார். அந்த அலுவலர் தனக்கு ஏதோ நடந்து விடப்போகிறது எனப் பயந்து அழாத குறையாகக் கெஞ்சினார். உடனே, அண்ணா நாங்கள் போடும் சட்டங்களைச் சரியான முறையில் நிறைவேற்றும் பொறுப்பு உங்களைப் போன்ற அதிகாரியின் கையில் தான் இருக்கிறது. இன்று நேரில் உங்கள் செயலைப் பார்த்தேன். உங்களைப் போன்றவர்கள் தான் உயர் பதவிக்கு வரவேண்டும் அதற்காகத் தான் உங்கள் பெயரைக் கேட்டேன் என்றார். அவருக்குப் பதவி உயர்வும் கிடைத்தது.

24 அண்ணாவின் மொழி ஆளுமை

அண்ணாவின் இலக்கிய பங்களிப்பு

அண்ணா அரசியல் வாழ்க்கையைத் தவிர, நாடகங்களுக்கும், திரைபடங்களுக்கும் திரைக்கதைகள் எழுதும் திறமை படைத்தவராக விளங்கினார். அது மட்டுமல்லாமல் அண்ணாதுரை ஒரு மிகச் சிறந்த தமிழ் சொற்பொழிவாளரும், மேடைப் பேச்சாளரும் ஆவார்.

அவர், அவருக்கே உரித்தான தனிப்பட்ட பாணியில் அனைவரையும் கவர்கின்ற வகையில் பேசும் திறன் மற்றும் எழுத்தாற்றலும் பெற்றவராக விளங்கினார். அவர் பல நாவல்கள், சிறுகதைகள், மற்றும் அரசியல் சார்ந்த மேடை நாடகங்களையும் எழுதினார். அவர் தனது சொந்த நாடகங்களில் நடித்தும் உள்ளார். மேலும் 1948 இல் எழுதப்பட்ட இலட்சிய வரலாறு மற்றும் வாழ்க்கைப் புயல், ரங்கோன் ராதா, பார்வதி பி.ஏ., கலிங்க ராணி, ஓர் இரவு, வேலைக்காரி மற்றும் பாவையின் பயணம் இவரின் முக்கியப் படைப்புகளாகும்.

குறளாக அண்ணா

ஆரம்ப காலத்தில் ஆசிரியப் பணி செய்தவர் அண்ணா. அதற்கு முன்பே தந்தைக்கு உபதேசம் செய்த முருகனைப் போலத் தமது ஆசிரியர்களுக்கே தமிழ், ஆங்கிலம் இரண்டு மொழிகளிலும் ஏற்படும் ஐயப்பாடுகளைக் கசடறக் களைந்தவர். மொழிகள் இவருக்குத் தெரியும் என்பதை விட மொழிகளுக்கு இவரைத் தெரியும் என்பதே பொருத்தமானது. அண்ணாமலைப் பல்கலைக் கழகத்தில் இவர் ஆற்றிய உரையைக் கேட்டவர்கள், சொற்கள் அனைத்தும் இவரைத் தேடிவந்து இவரிடம் விழுகின்றனவே என வியந்தனர்.

"சொல்லுக சொல்லைப் பிறிதோர்சொல் அச்சொல்லை
வெல்லுஞ்சொல் இன்மை அறிந்து." (குறள்.645)
எனும் குறட்பாவிற்கும்,

"அவையறிந்து ஆராய்ந்து சொல்லுக சொல்லின்
தொகையறிந்து தூய்மை யவர்." (குறள். 711)
எனும் குறட்பாவிற்கும் இலக்கணமெனத் திகழ்ந்தது இவரது நயங்கள்.

"பிறப்பொக்கும் எல்லாவுயிர்க்கும்" (குறள் 972) என்ற கொள்கையினால் தீண்டாமை ஒழிப்பைத் தீவிரப் பிரச்சாரமாக்கியவர் அண்ணா. பட்டறிவும் படிப்பறிவும் தமக்கு இருந்த போதும் பெரியோரைத் துணைக் கோடல் சாலச் சிறந்தது என்ற மேலான எண்ணத்தால் பெரியார் ஈ.வெ.இராமசாமி அவர்களைத் துணையாகப் பெற்று,

"அறனறிந்து மூத்த அறிவுடையார் கேண்மை
திறனறிந்து தேர்ந்து கொளல்" (குறள் 441)
என்ற குறளின்படி வாழ்ந்தவர்.

சிலரின் பேச்சு படித்தவர்களுக்கு மட்டும், சிலரது பேச்சு பாமரருக்கு மட்டும் புரியும் வண்ணம் அமையும். ஆனால் அண்ணாவின் பேச்சோ இரு தரப்பினருக்கும் ஏற்றதாகவே அமைந்திருக்கும் சிறப்பு வாய்ந்தது.

"நாநலம் என்னும் நலனுடைமை அந்நலம்
யாநலத்து உள்ளதூஉம் அன்று" (குறள் 641)
என்ற குறளை நினைவுறுத்தும் செல்வர் அண்ணா. அதனால்தான் அவர் சொல்லும் சொல்லுக்கு மயங்கும் பாம்பெனவே மக்கள் இருந்து பணி செய்துள்ளனர் என்பார். ஏனெனில்,

"விரைந்து தொழில்கேட்கும் ஞாலம் நிரந்தினிது
சொல்லுதல் வல்லார்ப் பெறின்" (குறள் 648)

எனும் குறளுக்கு வடிவமாகியிருந்தார் அறிஞர் அண்ணா. எதையும் அவையறிந்து ஆராய்ந்து சொல்லும் தூயவராம் அண்ணா குறள் நெறிப்படி வாழ்ந்த பேரறிஞரே

அண்ணாவின் திரைப்பட வாழ்க்கை

1948 ஆம் ஆண்டு "நல்லதம்பி" என்ற திரைப்படத்தை முதன் முதலில் அரங்கேற்றினார். இந்தப் படம் ஜமீன்தாரி ஒழிப்புமுறையை வலியுறுத்தி எடுக்கப்பட்டத் திரைப்படமாகும். இந்தப் படத்தில் என்.எஸ். கிருஷ்ணன் முக்கிய கதாபாத்திரத்தில் நடித்துள்ளார். இந்தப் படம் இவருக்கு 12,000 ரூபாயைப் பெற்றுத்தந்தது இது அந்த நேரத்தில் ஒரு பெரிய தொகையாகும். அதுமட்டுமல்லாமல் இவரின் மிகச்சிறந்த நாவலான வேலைக்காரி (1949) மற்றும் ஓர் இரவு, போன்ற நாவல்கள் திரைப்படமாக எடுக்கப்பட்டன. இத்தகைய திரைப்படப் பணியின் மூலமாக இ.நாராயணசுவாமி, மு.சு. ராமசாமி, என்.எஸ்.கிருஷ்ணன், எஸ் ராஜேந்திரன், சிவாஜி கணேசன், மற்றும் எம்.ஜி. ராமச்சந்திரன் போன்ற திரை நட்சத்திரங்களின் ஆதரவு இவருக்குக் கிடைக்கப் பெற்றது.

தமிழ் நாடு பெயர் மாற்றம்

1967 இல் நடைபெற்ற தேர்தலில் பங்கு பெற்ற தி.மு.கழகம் வெற்றி பெற்று முதன் முறையாக திராவிட ஆட்சியைத் தமிழகத்தில் அமைத்தது. அவரது தலைமையில் அமைந்த அமைச்சரவை இளைஞர்களைக் கொண்ட அமைச்சரவையாக விளங்கியது. ஆட்சிப் பொறுப்பை ஏற்றதும் சுயமரியாதைத் திருமணங்களைச் சட்டபூர்வமாக்கித் தனது திராவிடப் பற்றை உறுதிபடுத்தினார். இரு மொழிச் சட்டங்களை (தமிழ் மற்றும் ஆங்கிலம்) உருவாக்கி

முந்தைய அரசின் மும்மொழித் திட்டத்தினை (தமிழ், இந்தி, ஆங்கிலம்) முடக்கினார், மேலும் மதராஸ் மாநிலம் என்றிருந்த சென்னை மாகாணத்தைத் தமிழ்நாடு என்று பெயர் மாற்றி தமிழக வரலாற்றில் நீங்கா இடம் பெற்றார்.

அண்ணாவின் பண்பு நலன்கள்

நீதியையும் நன்மையையும் நாடி மக்களுக்குப் பயன்பட வாழும் பெரியோரின் பண்பினை உலகத்தார் பாராட்டுவார்கள். அப்படிப்பட்ட பாராட்டுகளை எல்லாம் ஒரு சேரப் பெற்றவர் அண்ணா. படிப்பும் பட்டமும் பதவியும் இவரிடத்து இருந்த போதும் பணிவும், பண்பும், இன்சொலும் அடக்கமும் தம்முள் இரண்டறக் கலந்தவர். மதிநுட்பத்தோடு பரந்த நூலறிவும் கொண்ட அண்ணா தன் ஆட்சியின் போது, மாற்றுக் கட்சியினர் செய்யும் நல்லவற்றை நாம் மதித்தே ஆக வேண்டும் என்ற அரசியல் பண்பால்தான், "மாற்றான் தோட்டத்து மல்லிகைக்கும் மணமுண்டு" என்றார்.

அஹிம்சாவழியில் அறப்போர் செய்தே எதனையும் சாதிக்க வேண்டும், வன்முறையே தகாதது, இன்முறையே ஏற்றது என்பதை, "கத்தியைத் தீட்டாதே புத்தியைத் தீட்டு" என்ற பொன் மொழிகளால் புரிய வைத்தார். பொறையுடைமையைப் போதித்த தோடு தானே வாழ்ந்து காட்டியதால்தான், "எதையும் தாங்கும் இதயம் வேண்டும்" என அறிவுறுத்தினார்.

"பொறுத்தல் இறப்பினை என்றும் அதனை
மறத்தல் அதனின்றும் நன்று" (குறள் 152)

என்ற நெறிப்படி வாழ்ந்தமையால், "மறப்போம் மன்னிப்போம்" என மக்களுக்குச் சொல்லி வந்தார். பிறர் சொல்லும் இன்னாச் சொல் நோற்பாரின் பின்தான் உண்ணாது நோற்கும் பெரியாரும் இருப்பார் எனத் தெரிந்த அண்ணா "வாழ்க - வசவாளர்கள்" என்ற பண்பாளராகத் திகழ்ந்தார்.

"குறிக்கோள் இலாது கெட்டேன்" என்றார் தாயுமானவர். "இருபது வயதுக்குள் குறிக்கோளை வரையறுத்துக் கொள்ள வேண்டும், அப்போது தான் நாம் வாழ்வில் வெற்றி காண முடியும்" என்றார் பெரியார். தமது கடந்த காலத் தாயுமானவரின் கவலைக்கும் நிகழ்காலப் பெரியாரின் சிந்தனைக்கும் இலக்கண மானார் அண்ணா. இவர்தம் வாழ்வில் எடுத்து வைக்கும் ஒவ்வொரு அடியும் கொள்கைப் பிடிப்போடு கூடியது. குறிக் கோளை அடையும் நோக்கோடு முன்னேறியது அண்ணாவின் பயணம்.

"பிறர் எதனைச் செய்தால் நீ விரும்பமாட்டாயோ, அதனைப் பிறருக்கு நீ செய்யாதே" என்ற கன்பூஷியஸின் கருத்துக்களை உள்வாங்கிச் செயல் வடிவம் கொடுத்தவர் அண்ணா. ஆனால் அதே நேரம் "நான் ஒரு அடி எடுத்து வைப்பதற்கு முன்னால் இரண்டடி திரும்பிப் பார்ப்பேன்" என்ற நெப்போலியனின் முன்னெச்சரிக்கைத் தன்மையும் அண்ணாவிடம் இருந்தது. அதனால் தான் வலுவான எதிர்க்கட்சி முன் இருந்தபோதும் சரி, பெரியாரின் முதுமைத் திருமணத்தை எதிர்த்து வெளியேறிய போதும் சரி தன்னை நிலைப்படுத்திக் கொள்ளும் தைரியமும், மனப் பக்குவமும், முன்னெச்சரிக்கைப் போக்கும் அண்ணாவை முன்னேற்றப் பாதைக்கு இட்டுச் சென்றன. "யார் நம்முடன் போராடு கின்றானோ, அவன் நம்முடைய நரம்புகளுக்கு முறுக்கேற்று கிறான். நம்முடைய திறமையைக் கூர்மைப்படுத்து கின்றான். ஆதலின் நமது எதிரியே நமக்கு உதவி செய்பவன்" என்று எட்மண்ட்பர்க் கூறும் கூற்றினை முழுமையாக ஆமோதித்து ஏற்றுக் கொண்டவர் அண்ணா. அதனால் தான் எதிரிகளிடத்தும் இரக்கமும், பரிவும், பாசமும் கொண்ட அறிஞர் அண்ணா ஒரு பேரறிஞரே.

அறிஞர் உருவம், அன்பின் சின்னம், உயர்ந்த எழுத்தாளர், செந்தமிழ்ச் சொல்லாளர், நல்ல நடிகர், நல்ல தோழர், தன்னலம் கருதாதவர், தன்னம்பிக்கையுள்ளவர், மனித நேயம் மிக்கவர், சிறந்த தேசபக்தர், அர்ப்பணிப்பு உணர்வுடன் மக்கள் நலனுக்காக அயராது பாடுபட்டவர், தோல்வியைக் கண்டு கலங்காதவர்.

திறமையைக் கண்ட இடத்தில் பாராட்டிச் சிறப்பிக்கும் குணம் கொண்டவர். தம்பிகளிடத்தில் பரிவும், பற்றும் கொண்டவர். "தம்பி உடையான் படைக்கு அஞ்சான்", "இப்படை தோற்கின் எப்படை வெல்லும்" என்று தம்பிமார்கள் பற்றி அண்ணா பெருமையோடு கூறுவார்.

அண்ணாவின் அடக்கப் பண்பு

புத்தருக்குப் பிறகு சாதிப் புரட்டை ஒழிப்பதற்கென்றே தோன்றிய பெரிய மகான் பெரியார் தான் என்பதை அண்ணா, புத்தகயாவில் பெரியாரோடு தங்கியிருந்த நாட்களில் உணர்ந்தார். லக்னோ பல்கலைக்கழகத்தில் பெரியாரின் பேச்சை அழகு தவழும் ஆங்கிலத்தில் மொழி பெயர்த்துக் கூறிக் கொண்டிருந்தார் அண்ணா. அவருடைய ஆங்கில மொழி பெயர்ப்பைக் கேட்டே சொக்கிப் போன மாணவர்களும், ஆசிரியர்களும் அண்ணாவைத் தனியே ஆங்கிலத்தில் சற்றே பேசுமாறு கேட்டுக்கொண்டார்கள். என்ன வேண்டியும் அண்ணா அவர்கள் அதற்கு உடன்பட மறுத்து விட்டார். தந்தையுடைய பேச்சை மொழிபெயர்க்க வந்துள்ளேனே தவிர தனிப் பேச்சு நிகழ்த்த அல்ல என்று கூறிவிட்டார். இந்தப் பதிலால் பெரியாரின் இதயம் பூரித்துப் போயிருக்கும் என்பதில் ஐயமில்லை.

இறப்பு

இரண்டு ஆண்டு காலம் தமிழக முதல்வராகப் பணியாற்றிய அண்ணாதுரை 1969 ஆம் ஆண்டு பிப்ரவரி 3 ஆம் தேதி இறந்தார். அவர் புற்று நோயால் அவதிபட்டுக் கொண்டிருந்த போதிலும், அவர் தன்னுடைய உடலை ஆரோக்கியமாக வைத்துக்கொண்டார். அவருக்குப் புகையிலை மெல்லும் பழக்கம் இருந்ததால், அவரது உடல் நிலையை மேலும் மோசமடையச் செய்தது. அவரின் இறுதி மரியாதையில் பெருந்திரளான மக்கள் கலந்துகொண்டனர். இந்நிகழ்வு "கின்னஸ் உலக சாதனை புத்தகத்தில்" இடம் பெற்றுள்ளது. அவரது இறுதி ஊர்வலத்தில் சுமார் 15 மில்லியன் மக்கள் கலந்து கொண்டு இறுதி மரியாதை செலுத்தினர். இவருடைய உடல் சென்னையிலுள்ள மெரினா கடற்கரையில் அடக்கம் செய்யப்பட்டது. அதன் பிறகு இவரின் நினைவைப் போற்றும் வகையில் இவ்விடம் அண்ணா சதுக்கம் என்ற பெயரில் பொதுமக்கள் அஞ்சலி செலுத்தும் வகையில் அமைக்கப் பட்டுள்ளது.

நினைவுகளைப் பறைசாற்றும் சின்னங்கள்

திமுகவில் கட்சி பிளவு ஏற்பட்டு நடிகர் எம்.ஜி. ராமச்சந்திரனால் 1972 ஆம் ஆண்டு அனைத்திந்திய அண்ணா திராவிட முன்னேற்ற கழகம் (அ.இ.அ.தி.மு.க) என்ற புதிய கட்சி அண்ணாவின் பெயரால் உருவாக்கப்பட்டது. அண்ணாவை நினைவு கூறும் வகையில் சென்னையிலுள்ள ஒரு குடியிருப்புக்கு "அண்ணா நகர்" என பெயரிடப் பட்டுள்ளது. அதுமட்டுமல்லாமல் தமிழ்நாட்டின் முதன்மையான தொழில்நுட்பப் பல்கலைக் கழகத்திற்கு அண்ணா பல்கலைக்கழகம் என்று பெயர் சூட்டப்

பட்டுள்ளது. சென்னையில் உள்ள தற்போதைய திமுக தலைமைச் செயலக கட்டிடத்துக்கு அவரின் நினைவாக "அண்ணா அறிவாலயம்" என்றும் பெயர்சூட்டப்பட்டுள்ளது. சென்னையின் முக்கிய சாலையான மவுண்ட் ரோடு "அண்ணா சாலை" என அவரது பெயரால் பெயர் மாற்றம் செய்யப்பட்டு, சிலை கூட அங்கு அமைக்கப்பட்டது, மேலும் "அண்ணா நூற்றாண்டு நூலகம்" அண்ணாதுரை என்ற உயர்ந்த மனிதருக்கு காணிக்கையாக 2010 ஆம் ஆண்டு சென்னையில் நிறுவப்பட்டது.

பேரறிஞர் அண்ணாவின் வாழ்க்கைக் குறிப்புகள்

15-09-1909- தோற்றம்	: சி.என். அண்ணா துரை
தந்தை	: நடராஜன்
தாய்	: பங்காரு அம்மாள்
சிறிய தாயார் (தொத்தா)	: ராஜாமணி அம்மையார்
பிறந்தகம்	: சின்ன காஞ்சிபுரம்
வாழ்க்கைத்துணை	: இராணி அம்மையார்
தொழில்	: நாட்டுத்தொண்டு, எழுத்தாளர்
புனைப்பெயர்	: சௌமியோன், வீரன், சமதர்மன், குறிப்போன், சம்மட்டி, ஒற்றன், சாவடி, ஆணி, பரதன்.

1929-1934 :

சென்னை பச்சையப்பன் கல்லூரியில் பி.ஏ. ஆனர்சு பட்டப்படிப்பு.

26.5.1933 :

கோவை மாவட்டம் காங்கேயத்தில் முதலாவது செங்குந்தர் இளைஞர் மாநாட்டில் திருச்சி சி.என்.சீனிவாசன் தலைமையில் தந்தைப் பெரியார் துவக்க உரையாற்ற, அறிஞர் அண்ணாதுரையின் சொற்பொழிவு நிகழ்த்தக் கேட்டு வியப்புற்றுப் பேச தந்தை பெரியார் முயன்றும் இயலாது போனமை. (குடிஅரசு 23.07.1933)

11.02..1934 :

முதல் சிறுகதை "கொக்ரக்கோ" ஆனந்த விகடனில் வெளிவந்தது.

01.02.1936 :

சென்னை பச்சையப்பன் மண்டபத்தில் கல்வி அமைச்சர் குமாரசாமி ரெட்டியார் தலைமையில் பார்ப்பனர் அல்லாதார் இயக்கமும், காங்கிரசும் பற்றி சொற்பொழிவு.

ஆக. 1936 :

தந்தைப் பெரியாருடன் வடஆற்காடு மாவட்டச் சுற்றுப்பயணம் மேற்கொள்ளல்.

1936 :

சென்னை மாநகராட்சித் தேர்தலில் நீதிக்கட்சி உறுப்பினராக நிற்றல்.

1937 :

நவயுகம் ஆசிரியர்

03.01.1937 :

சென்னை தன்மான இயக்க இளைஞர் மன்ற ஆண்டு விழாத் தலைமை ஏற்றல்.

11.04.1937 :

நீதிக்கட்சியின் செயற்குழு உறுப்பினராதல்

16.05.1937 :

நீதிக்கட்சிப் பிரச்சாரக் குழு உறுப்பினராதல்

1937 :

விடுதலை, குடியரசு இதழ்களில் துணை ஆசிரியர் பணி ஏற்றல்.

29.08.1937 :

முசிறி தாலுக்கா தன்மான இயக்க மாநாட்டுத் தலைமை உரையாற்றல்.

09.12.1937 :

முதல் கவிதை "காங்கிரஸ் ஊழல்" விடுகதையில்.

02.09.1938 :

முதல் மடல் "பரதன் பகிரங்க கடிதம்" விடுதலை.

26.09.1938 :

இந்தி எதிர்ப்புப் போராட்டத்தில் மக்களைத் தூண்டி விட்டதாகக் குற்றஞ்சாட்டி எழும்பூர் நீதிமன்றத்தில் நீதிபதி உன்னி கிருஷ்ணநாயர் நான்குமாத வெறுங்காவல் தணடனை வழங்கினார். இராணி அம்மையார் சிறை செல்லும் அண்ணாவை வாழ்த்திய வாழ்த்துச் செய்தி குடியரசு, விடுதலையில் வெளிவந்தது.

13.01.1939 :

தமிழுக்காக உயிர் நீத்த நடராசன் இறுதி ஊர்வல நாளில் அண்ணா அவர்கள் இரங்கற் கூட்டத்தில் உரை.

18.01.1939 :

தமிழர்திருநாள் - சென்னை உயர்நீதிமன்ற கடற்கரையில் டாக்டர். சி.நடேசனார் படம் திறந்து வைத்தல்.

34 அண்ணாவின் மொழி ஆளுமை

10.02.1939 :
சென்னை கிறிஸ்துவக் கல்லூரியில் இந்தி எதிர்ப்புச் சொற்போர்.

சூலை 1939 :
முதல் குறும்புதினம் "கோமளத்தின் கோபம்" தொடக்கம் - குடியரசு இதழில்.

06.01.1940 :
பம்பாயில் பெரியார், அம்பேத்கர் உரையாடல் மொழிபெயர்ப்பு.

03.03.1940 :
முதல் புதினம் "வீங்கிய உதடு" தொடக்கம் - குடியரசில்.

02.06.1940 :
காஞ்சியில் திராவிட நாடு பிரிவினை மாநாடு.

08.11.1940 :
விடுதலையில் தி.க.சண்முகம் நடித்த "குமாஸ்தாவின் பெண்" நாடகத் திறனாய்வு.

07.03.1942 :
திராவிட நாடு கிழமை இதழ்த் தொடக்கம் தலையங்கம் "கொந்தளிப்பில்" புரட்சிக்கவிஞர் தமிழுக்கு "அமுதென்று பேர்" எனும் பாடல் முகப்பில்.

14.03.1943 :
சேலத்தில் நாவலர் பாரதியாருடன் அண்ணா கம்பராமாயணச் சொற்போர்.

05.06.1943 :
"சந்திரோதயம்" நாடகம் புரட்சிக் கவிஞர் பாரதிதாசன் தலைமையில் நடத்தல்.

19.08.1944 :

சேலம் நீதிக்கட்சி மாநாடு - அண்ணாதுரை தீர்மானம் - நீதிக்கட்சி, திராவிடர் கழகம் எனப் பெயர் மாற்றம் பெற்று மக்கள் இயக்கமாக மலர்தல்.

15.12.1945 :

சென்னை செயிண்ட் மேரி ஹாலில் "சிவாஜி கண்ட இந்து ராஜ்யம்" நாடகம் அரங்கேற்றம் - அண்ணா பட்டராக நடித்தல்.

மே.1946 :

கருஞ்சட்டைப் படை மாநாடு - தந்தைப் பெரியாருடன் கருத்து மாறுபாடு முகிழ்ப்பு.

29.07.1946 :

நாவலர் சோமசுந்தரபாரதியார் தலைமையில் பாவேந்தருக்குப் பொற்கிழி அளித்தல்.

25.04.1947 :

"வேலைக்காரி" திரைநாடகம்.

01.06.1947 :

"நீதிதேவன் மயக்கம்" நாடகம்.

15.08.1947 :

திராவிட நாட்டில் "ஆகஸ்ட் பதினைந்து" கட்டுரை தந்தை பெரியார் "துக்கநாள்" எனல் பொருந்தாது அது "விழா நாளே" எனக் கருத்து விளக்கம் தருதல்.

28.09.1947 :

தந்தை பெரியார் 69 வது பிறந்தநாள் விழா சிறப்புக்கட்டுரை "இப்படை தோற்கின் எப்படை ஜெயிக்கும்?"

14.01.1948 :

"நல்லதம்பி" திரையிடல்.

18.04.1948 :

திராவிட நாடு கட்டுரைக்குத் தண்டனை ரூ.3000. இதன் விலை மூவாயிரம் நூலாதல்.

18.06.1949 :

தந்தை பெரியார் மணியம்மை திருமணம் அண்ணா பிரிந்து நிற்றல்.

10.08.1949 :

தி.மு.க. தோற்றம். "ஒட்டு மாஞ்செடி, தி.மு.க. துவக்கவுரை, ராபின்சன் பூங்கா, ராயபுரம்."

18.09.1949 :

திராவிட நாடு இதழில் 4, 18.04.1948ல் வரைந்த கட்டுரைக்காக வழக்கு. நான்கு மாதச் சிறைத் தண்டனை ஏற்றல் எதிர்ப்புக் கண்டு பத்தாம் நாள் விடுதலை.

12.01.1950 :

நாடெங்கும் பொங்கல் விழா அறுவடை விழா- உழவர் விழா எடுக்க அறிக்கை விடல்.

1950 :

திருச்சி சிறையில் இலட்சிய வரலாறு எழுதுதல்.

1951 :

"ஆரிய மாயை" நூலுக்குத் தடை

17.09.1957 :

திராவிட நாடு பிரிவினை நாள் எடுத்தல்.

16.12.1951 :

திராவிட முன்னேற்ற கழக முதல் மாநில மாநாடு, சென்னையில்.

01.08.1952 :

இந்தி எதிர்ப்பு அறப்போர், இந்தி எழுத்துக்களை அழித்தல்.

25.04.1953 :

திருச்சி மாவட்ட மாநாட்டில் "காதல் ஜோதி" நாடக அரங்கேற்றம்.

15.06.1953 :

நம்நாடு நாளிதழ் தொடக்கம்.

13.07.1953 :

மும்முனைப் போராட்டம் - இப்போராட்ட்த்தைத் தூண்டியதாக குற்றஞ்சாட்டி மூன்று மாதம் சிறையிடல்.

15.07.1953 :

மும்முனைப் போராட்டம் - கழகத் தலைவர்கள் தொண்டர்கள் கைதாதல்.

03.05.1954 :

மொழி வழி மாநில அமைப்பு அறிக்கை வெளியிடல்.

14.01.1955 :

சொர்க்கவாசல் திரையிடல்.

02.02.1956 :

தேவிகுளம், பீர்மேடு இணைப்புக்காக பொது வேலை நிறுத்தம்.

02.04.1957 :

தமிழ்நாடு சட்டமன்ற தி.மு.க. கழகத் தலைமை ஏற்று எதிர்க்கட்சித் தலைவராதல்.

09.06.1957 :

"ஓம் லேண்டு" ஆங்கிலக் கிழமை இதழ் தொடங்கல்.

38 அண்ணாவின் மொழி ஆளுமை

02.03.1958 :

தி.மு.க கழகத்தினை மாநிலக் கட்சியாகவும், உதய சூரியனை அதன் சின்னமாகவும் இந்திய அரசு ஒப்புதல் அளித்தல்.

24.04.1959 :

அண்ணாவின் தம்பியார், சென்னை பெருநகர் மன்ற ஆட்சிப் பொறுப்பினைப் பெறல்.

01.08.1960 :

இந்தி எதிர்ப்பு மாநாடு செங்கையில் அண்ணா தலைமை உரை நிகழ்த்தல்.

1962 :

"சம்பத்" விலகல் குறித்து அண்ணா வருந்தி அறிக்கை வரைதல்.

26.02.1962 :

சட்டமன்றத்திற்குத் தம்பியர் ஐம்பதின்மர் செல்ல அண்ணா பாராளுமன்ற மேலவை உறுப்பினராதல்.

02.08.1962 :

விலைவாசி உயர்வுப் போர் - வேலூர் சிறையில் பத்து வாரம்.

07.01.1963 :

சீனா போர் குறித்துச் சென்னை வானொலியில் ஆங்கிலப் பேருரை.

17.11.1963 :

கட்டாய இந்தி 17-வது மொழிப்பிரிவு சட்டம் எரித்தல். அன்றே கைதாகி ஆறுமாதம் சிறைத் தண்டனை ஏற்றல்.

01.03.1967 :

தமிழ்நாட்டுச் சட்டமன்றத்தில் தம்பியர் 138 பேர் அமர்ந்திட அண்ணா தமிழக முதல்வர் பொறுப்பேற்றல்.

14.03.1967 :

முதலமைச்சர் அண்ணா வானொலிச் சொற்பொழிவு.

14.04.1967 :

"தமிழ்நாடு" பெயரிட்டுப் பெருமை தரல்.

10.01.1968 :

இரண்டாவது உலகத்தமிழ் மாநாடு எடுத்து உலகத்தார் உள்ளத்துள் எல்லாம் நிற்றல்.

08.09.1968 :

அண்ணாமலைப் பல்கலைக்கழகம் பேறிஞர் அண்ணாவுக்கு டாக்டர் பட்டம் வழங்கி பெருமை பெறல்.

04.01.1969 :

கலைவாணர் என்.எஸ்.கிருஷ்ணன் சிலை திறப்பு விழாவில் பொழிந்த கடைசி சிறப்புச் சொற்பொழிவு.

02.02.1969 :

தமிழ் மக்கள் பேறிஞர் அண்ணா அவர்களை இழந்து துன்பக்கடலில் மூழ்கல்.

3. அண்ணாவின் படைப்புகள்

"படைப்பு எழுத்தாளன் தன்னையே உலகுக்கு வழங்கும் கொடையாகும்" என்றார் லூகசு. லூகசின் கூற்றுப்படி அண்ணா அவர்களின் படைப்புகள் அனைத்துமே தமிழக மக்களுக்காகத் தன்னையும் தன் அரிய கருத்துக்களையும் அரும்பெரும் கொடையாகத் தந்தவர் அண்ணா. அண்ணாவின் படைப்புகளில் முதலில் கிடைத்தது "கொக்கரகோ" என்ற சிறுகதை தான். அவர் இதழாசிரியராகப் பணியாற்றிய போது இதழுரைகள் மட்டும் இரண்டாயிரத்திற்கு மேல் எழுதியுள்ளார். மேடைப் பொழிவுகள் 200க்கும் அதிகமாகவே உள்ளன. அதிலும் சட்டமன்றபொழிவாக 1760 கிடைத்துள்ளன. அண்ணாவின் மேற்பார்வையுடன் பதிக்கப்பட்ட இலக்கியங்களின் எண்ணிக்கை 1235. இன்னும் அவரது படைப்புகளில் சில அவருடைய குறிப்பேடுகளில் இருக்கின்றன. படைப்புகள் அத்தனையும் ஏதோ ஒரு வகையில் மக்களைப் புடம் போட வந்தவைகளாகவே உள்ளன.

அண்ணாவின் படைப்புகள் பல்வேறு துறைகளைச் சார்ந்திருந்த போதும், அத்தனையும் அந்தந்த மக்களின் அத்தியாவசியத் தேவைகளின் தீர்வாகவே அமைந்துள்ளன. "யாருக்காக எக்குழுவிற்காக, எந்த நோக்கத்திற்காக, எந்த சூழலில் இலக்கியம் படைக்கப்பட்டுள்ளது என்பதைக் காணும் போதுதான் அப்படைப்பின் முழுப்பயன் தெளிவாகும்" என்பார் சார்ட்ரே.

அதுபோலத் தமிழ் மொழி, தமிழ் இலக்கியம், தமிழினம், தமிழ்நாடு, தமிழர் பண்பாடு ஆகியவற்றின் மறுமலர்ச்சிக்கும் முதன்மைப் பணியாற்றியவர் அண்ணா என்பது அவர்தம் இலக்கியங்கள் வழி உணர முடிகின்றது.

மேடைப் பொழிவுகளில் அரசியல் கருத்துரைகள் தன் கட்சியினருக்கு அறிவுரையாகவும், எதிர்க்கட்சியினருக்கு இடித்துரையாகவும் அமைந்து இருநிலையினரையும் சீர்படுத்தும் போக்காகவே அமைந்துள்ளன. இவரது படைப்புகளில் அவர்தம் ஆளுமையைப் பெருமளவு காண முடிகின்றது. நாடகங்களில் சீர்திருத்தக் கருத்துக்களையும், மூடப்பழக்கங்களைச் சாடுகின்ற போக்கும், வர்க்கப் போராட்டங்களையும் அதற்கான தீர்வுகளையும் சொல்லிச் செல்கின்ற போக்கு சுவை மிகுந்தது. எடுத்துக்காட்டாக,

"உலகம் என்பது மாயை என்றால், கதவு ஏன்? பூட்டுத் தாழ்ப்பாள் ஏன்? உலகம் என்பது மாயை என்றால் ரிசர்வ் பாங்கு ஏன்? இம்பீரியல் பாங்கு ஏன்? திபேத் நாட்டை யார் ஆண்டாலென்ன, காஷ்மீரை யார் கட்டிக் காத்தாலென்ன? மாடமாளிகை ஏன்? கோபுரங்களும் வெள்ளி வாகனங்கள், வைரக் கிரீடங்கள், மாணிக்க மூக்குத்தி ஏன்? மாய வாழ்விலே உழைப்பவன் உருக்குலைய உழைக்காதவன் உல்லாசபுரியில் உலவும் மாயம் என்ன?" (அண்ணாவின் சமுதாயப் புரட்சி, ப.36) எனக் கேட்கும் கேள்விகளின் மூலம் மக்கள் கூறும் போலி வார்த்தைகளில் இருக்கும் பொய்யான வாழ்க்கையைப் படக்காட்சியாய் விவரித்துள்ளார்.

முதலாளி தொழிலாளி நிலையினை எண்ணி வேதனையுற்ற அண்ணா, "இருநூறாம் நெம்பர் வேட்டியை நெய்கின்ற தொழிலாளி உடுத்துவதோ எண்பதாம் நெம்பர் மோட்டா வேட்டி மூவாயிரம் வகை நெல் நம் நாட்டில் பயிராகிறது. ஆனால் பயிரிடும்

விவசாயிக்குக் கிடைப்பது கேழ்வரகோ, சோளமோதான். உற்பத்தி மட்டும் பெருகினால் போதுமா? தொழிலாளிக்கு முக்கியமாக வேண்டியது என்ன? தேவைக்கேற்ற வசதி, சக்திக்கேற்ற உழைப்பு" (அண்ணாவின் சமுதாயப் புரட்சி, பக்.65-66). இப்படிப்பட்ட வார்த்தைகள் எத்தனையோ உள்ளங்களை யோசிக்க வைத்தன. சீர்திருத்தங்களை நடைமுறைப்படுத்தின. இப்படியே தமது புதினங்கள் (5), குறும் புதினங்கள் (18), சிறுகதைகள் (117), மடல்கள் (314), கட்டுரைகள் (560), நாடகங்கள் (13), சிறு நாடகங்கள் (73), ஊரார் உரையாடல் (26), அந்திக்கலம்பகங்கள் (31), கவிதைகள் (77) என அத்தனை படைப்புகளுமே உலக தத்துவ மாமேதைகளைத் தன்னுள் கொண்டு திகழ்ந்த வியப்புக்குரிய அறிஞர் அண்ணா ஒரு பேறறிஞரே.

இலக்கியப் படைப்பு மட்டுமே இவரது குறிக்கோளாக இருந்திருக்குமேயானால் அவர் தன்னுடைய பிராச்சாரத்தைப் பின்னுக்குத் தள்ளி இலக்கிய வடிவத்தை முறையாக அமைப்பதில் கவனம் செலுத்தியிருப்பார். அதில் மகத்தான வெற்றியைப் பெற்றிருப்பார், அந்த ஆற்றல் அவருக்கு உண்டு. இதை அவரது எழுத்துக்கள் இன்றைக்கும் நிரூபித்துக் கொண்டிருக்கின்றன. சமுதாயச் சீர்திருத்த வாதியாக அவர் எழுதிய போதும், ஓர் இலக்கிய வாதியாகத் தன்னை அடையாளம் காட்டிக் கொள்ள முடிந்தது. அண்ணாவின் நாடகங்கள், சிறுகதைகள், புதினங்கள், கடிதங்கள் தமிழக மக்களிடையே பெருந்தாக்கத்தை ஏற்படுத்தின. "பழையன கழிதலும் புதியன புகுதலும் வலுவல கால வகையினானே" என்னும் கூற்றுக்கொப்ப இவரது படைப்புகள் திகழ்ந்தன. சௌமியன், சமதர்மன், பரதன், நக்கீரன், குறிப்போன், ஒற்றன், வீரன் என்னும் புனைப் பெயர்களில் இவரது படைப்புகள் வெளிவந்தன. பொழுதுபோக்கிற்கு இலக்கியங்கள் என்ற நிலை இவரால் மாற்றம் பெற்றது. சமுதாயத்தில் நிலவிய மூடப்பழக்க

வழக்கங்கள், பெண்ணுரிமை, முதலாளித்துவ எதிர்ப்பு போன்றவற்றைத் தமது படைப்புகளில் கருவாகக் கொண்டார். அண்ணா அழகுணர்ச்சி கொண்ட இலக்கியவாதியாக மட்டும் இருக்கவில்லை. அரசியல் வாதியாக, சொற்பொழிவாளராக, சீர்திருத்தவாதியாகத் திகழ்ந்தார்.

அண்ணாவின் நாடகங்கள்

அண்ணா படைத்த நாடகங்களில் முதல் நாடகம் "சந்திரோதயம்". பகுத்தறிவுக் கொள்கையை அடிப்படையாகக் கொண்டு அமைந்தது. இந்நாடகம் அண்ணாவின் இலட்சியத்திற்கு "உண்மைத் தோற்றம்" தந்து பார்வையாளர் உள்ளத்தை ஈர்த்தது.

நீதி தேவனின் மயக்கம், இலக்கிய விருந்து, கற்பனை ஓவியம், செஞ்சொற்கவி இன்பம் தோன்றும் செந்தமிழ் விருந்து, புராணக் கதைகளில் காணும் தீர்ப்பை அடிப்படையாகக் கொண்டு அமைந்த நாடகம்.

அண்ணாவின் சந்திர மோகன் அல்லது சிவாஜி கண்ட இந்து ராஜ்யம் ஒரு வரலாற்று நாடகம். சமுதாயம் மதிக்கும் அரசு அமைந்திடப் பலரது வேண்டுகோளின்படி முடி சூட்டிக்கொள்ளத் தீர்மானிக்கும் பொழுது அந்த நியாயமான முறைக்குத்தான் எப்படிப்பட்ட எதிர்ப்பு யாரிடமிருந்து என்பதை விளக்குவது தான் இந்த நாடகம். சாம்ராஜ்யம் ஆட்படுவோர் அடையும் கேட்டைச் சித்தரிக்கும் வரலாற்றுக் காவியம்தான் இந்த நாடகம்.

விதவை மறுமணத்தையும், கலப்பு மணத்தையும் ஏற்க வேண்டிய அவசியத்தை விளக்கி மகளிர் உரிமையை நிலைநாட்டும் நாடகம் காதல் ஜோதி.

சொர்க்கவாசல் வைதிக மதகுருவுக்குப் பின்னால் சிலந்தி வலை சொர்க்கம் தேடும் மாந்தர் அதில் சிக்கும் பூச்சிகள், சிலந்தியோ அவற்றின் மீது மேலும் வலை பற்றி அவற்றின்

குருதியை உறிஞ்சுகிறது. மதவாதியை நம்பும் மனிதன் நிலையும் அதுவே, மயக்கம் தெளிந்தால் வைதிகச் சிலந்தி வலை பின்னாது. அவ்வாறு பின்னினாலும் நிலைக்காது என்னும் உண்மையை ஒலிப்பது இந்நாடகம் ஆகும்.

பாவையின் பயணம் என்னும் நாடகம் மணவாழ்வில் கடுந்துன்பத்துக்கு ஆளான பெண் தனது வாழ்வுரிமை காக்க மண விடுதலையைப் பெற முற்பட்டு வழக்கு மன்றத்தை நாட, வழக்கு மன்றத் தலைவர் அவர்களை இணைத்து வைக்கும் நோக்கில் ஆலோசனை வழங்க, காலங்காலமாகப் பெண்ணின் வாழ்க்கை எப்படியெல்லாம் பறிக்கப்பட்டது என்பதை விளக்கும் நாடகம்.

கண்ணாயிரத்தின் உலகம் என்னும் நாடகம் சீமான் குடும்பத்தினரின் திருவிளையாடலால் குற்றஞ் செய்யாத ஏழைக் குடும்பம் எப்படிச் சிக்குண்டு சீரழிகிறது, போலிக் குடும்பக் கவுரவத்தைக் காக்க எப்படிப்பட்ட சதிவலை பின்னப்படுகின்றது. ஊருக்கு உபகாரி போல நடிப்பவரால், ஊரழிக்கும் வேலை எப்படியெல்லாம் என்பதை விவரிப்பதாக அமைந்துள்ளது இந்நாடகம்.

புரட்சி எழுத்தாளனையுங்கூட வஞ்சிக்கும் வன்னெஞ்சராகச் சிலர் இருப்பதை எச்சரிப்பதாக அமைந்துள்ள நாடகம் ரொட்டித்துண்டு.

நாடெங்கும் அறிவொளி பரவட்டும், அறியாமை இருள்நீங்கட்டும், இன்ப ஒளி எங்கும் நிலவட்டும், எழுகதிர் ஒளியாய்த் திகழட்டும் என்னும் அண்ணாவின் குறிக்கோளை உணர்த்தும் நாடகம் இன்பஒளி (வேல், காத்திகேயனம் மற்றும் பலர் (ப.ஆ) 2009:1:307-308)

வேலைக்காரிக்கு நடக்கும் சமுதாயக் கொடுமைகளையும், அவற்றோடு ஏழைகளின் கண்ணீர், சாதி வேறுபாடு, போலி வழிபாடு, பணக்காரரின் ஆதிக்கம் ஆகியவற்றை வெளிச்சமிட்டுக் காட்டும் நாடகம் வேலைக்காரி. சமுதாயப் பிரச்சனைகளான சாதிவேறுபாடு, வறுமை நிலை, பெண்களின் நிலை, பொருளாதார ஏற்றத்தாழ்வு என்பவற்றைச் சித்தரிப்பதாக அண்ணாவின் ஓர் இரவு நாடகம் அமைந்துள்ளது. நிகழ்வுகள் அனைத்தும் ஓர் இரவில் நடந்து முடிவதாக அமைக்கப்பட்டுள்ளது இந்நாடகத்தின் சிறப்பாகும்.

46 அண்ணாவின் மொழி ஆளுமை

வ.எ. அண்ணாவின் நாடகங்கள்	ஆண்டு	பதிப்பகம்
1. காங்கிரஸ் வாலா	1938	குடியரசு
2. ஊரார் உரையாடல்	1943	திராவிடநாடு
3. ரோம் எரிகிறது	1943	திராவிடநாடு
4. அவன் பித்தனா	1943	திராவிடநாடு
5. கலப்பு மணம்	1943	திராவிடநாடு
6. சந்திரோதயம்	1943	-
7. வேலைக்காரி	1944	-
8. ஓர் இரவு	1944	-
9. சந்திரமோகன் (சிவாஜி கண்ட இந்து ராஜ்யம்)	1945	-
10. துரோகி கப்லான்	1945	திராவிடநாடு
11. ஆற்றங்கரையிலே	1945	திராவிடநாடு
12. பாபுலர் ஸ்டோர்	1945	திராவிடநாடு
13. வழக்கு வாபஸ்	1946	திராவிடநாடு
14. நடந்ததுதான் நடக்கிறது	1946	திராவிடநாடு
15. நீதிதேவன் மயக்கம்	1947	திராவிடநாடு
16. யார் கேட்க முடியும்?	1947	திராவிடநாடு
17. இரக்கம் ஒரு பயணம்	1947	திராவிடநாடு
18. அவினாசியார் காண வேண்டிய காட்சி	1947	திராவிடநாடு
19. காதூரர்	1947	திராவிடநாடு
20. ஆலை ஆறுமுகம்	1948	திராவிடநாடு

பேராசிரியர் வீ. ரேணுகாதேவி 47

21. செல்லப்பிள்ளை	1948	திராவிடநாடு
22. பாஜிராவ்	1948	திராவிடநாடு
23. அவர்கள் உள்ளம்	1948	திராவிடநாடு
24. மகுடாபிஷேகம்	1949	திராவிடநாடு
25. சுமங்கலி பூஜை	1949	திராவிடநாடு
26. கட்டை விரல்	1949	திராவிடநாடு
27. மடமான்மீயம்	1949	திராவிடநாடு
28. கல் சுமந்த கசடர்	1949	திராவிடநாடு
29. தர்மம் தலை காக்கும்	1950	திராவிடநாடு
30. பாங்கர் பணம் பெருத்தான்	1950	திராவிடநாடு
31. இளங்கோவின் சபதம்	1950	திராவிடநாடு
32. எத்தன் திருவிளையாடல்	1950	திராவிடநாடு
33. நன்கொடை	1951	திராவிடநாடு
34. காதல் ஜோதி	1953	
35. சொர்க்கவாசல்	1954	
36. அவர்கள் பேசாதது	1954	திராவிடநாடு
37. குறும்புக்காரன்	1954	திராவிடநாடு
38. ஒரே ஒரு வித்தியாசம்	1955	திராவிடநாடு
39. ராகவாயணம்	1955	திராவிடநாடு
40. பாங்காங் பங்கஜா	1955	திராவிடநாடு
41. மாங்காய் ஊறுகாய்	1955	திராவிடநாடு
42. சன்மானம்	1955	திராவிடநாடு
43. பாவையின் பயணம்	1956	
44. சீமான் சந்தர்ப்பவாதி	1956	
45. கண்ணீர்த்துளி	1956	திராவிடநாடு

48 அண்ணாவின் மொழி ஆளுமை

46. காந்தி ஜெயந்தி	1956	திராவிடநாடு
47. மொரார்ஜி விருந்து	1956	திராவிடநாடு
48. சுயேச்சை ஆகிவிடுவேன்	1956	திராவிடநாடு
49. பெரிய மனிதர்கள்	1956	
50. கைலாயம் வேண்டாம்	1959	
51. பாகீரதியின் பந்தயம்	1959	திராவிடநாடு
52. ஜனநாயக சர்வாதிகாரி	1960	திராவிடநாடு
53. பாரதம்	1960	திராவிடநாடு
54. ஆடியபாதம்	1962	திராவிடநாடு
55. முதலாளித்துவ சோஷியலிசம்	1965	காஞ்சி
56. புதிய காங்கிரசார்	1965	காஞ்சி
57. அம்பாள் கடாட்சம்	1966	காஞ்சி
58. மங்களபுரி மைனர்	1966	
59. கண்ணாயிரத்தின் உலகம்	1966	காஞ்சி
60. ரொட்டித் துண்டு	1967	காஞ்சி
61. இன்ப ஒளி	1968	காஞ்சி

சிறுகதைகள்

1934 முதல் 1956 வரை தொடர்ந்து எழுதிய அண்ணா பின்னர் ஒரு இடைவெளிக்குப் பின் 1961-ல் தான் எழுதினார். 1934-1950-ம் ஆண்டிற்குள் ஆனந்த விகடன், குடியரசு, திராவிட நாடு ஆகிய ஏடுகளில் 100-க்கும் மேற்பட்ட சிறுகதைகளை எழுதியுள்ளார். இவருடைய முதல் சிறுகதை கொக்கரக்கோ என்பதாகும்.

கொக்கரக்கோ

பத்திரிக்கை நடத்துவதின் சிரமத்தை மிகச் சுவையாக அண்ணா சிறுகதையாக்கி உள்ளமை சிறப்பிற்குரியது. "கொக்கரக்கோ" பத்திரிக்கையின் பெயர் இதில் அடங்கியுள்ள செய்திகளைத் தெரிவித்து இச்சிறுகதையை எழுதியுள்ளார். மனிதனுக்கு ஒரு தலை போதுமா - ராம்ஸிமித் பிரசங்கள், ஹிட்லர் பட்லர் ஆனால், பரத நாட்டியம் ஒரு பழங்கலை போன்ற யாவும் கட்டுரைகளாகப் பத்திரிக்கையில் இடம் பெற்ற செய்திகளைத் தெரிவித்து, சிறுகதையைச் சிறப்பாக எழுதியுள்ளார்.

செவ்வாழை

1949-ல் வெளியான செவ்வாழை மிகச் சிறந்த சிறுகதையாகும். ஒரு பண்ணையாரிடம் வேலை பார்க்கின்ற கூலி, தன் வீட்டில் ஆசை, ஆசையாய் ஒரு செவ்வாழையை வளர்க்கிறான். அவனது பிள்ளைகளின் கனவு செவ்வாழையை சுற்றியே அமைகிறது. வாழைக்குலை பண்ணையாரின் வீட்டிற்குப் போகிறது. குலை வெட்டப்பட்ட மரம் பார்வதிப் பாட்டிக்குப் பாடையாகிறது. பாடையில் போவது பிணமல்ல. பாவம் ஏழை விவசாயின் ஆசைதான். உழைத்தும் பயனை நுகரமுடியாத செங்கோடனின் இதயக்கதறலை சிறப்பாக காட்டியுள்ளார். அண்ணாவின் சிறுகதைகளை ஆராய்ந்தால், அவற்றில் நவீன முற்போக்குக் கூறுகளை உகந்த பல படைப்புகளில் கண்டு மகிழலாம்.

50 அண்ணாவின் மொழி ஆளுமை

வ.எ.	அண்ணாவின் சிறுகதைகள்	ஆண்டு	பதிப்பகம்
1.	கொக்கரகோ	1934	ஆனந்த விகடன்
2.	பாமா விஜயம்	1939	குடியரசு
3.	தங்கத்தின் காதலன்	09.07.1939	குடியரசு
4.	வாலிப விருந்து	10.09.1939	குடியரசு
5.	பேரன் பெங்களூரில்	10.09.1939	குடியரசு
6.	பிரார்த்தனை	14.03.1943	திராவிடநாடு
7.	வள்ளித் திருமணம்	28.03.1943	திராவிடநாடு
8.	கைக்கு எட்டியது	04.04.1943	திராவிடநாடு
9.	நாக்கிழந்தார்	18.04.1943	திராவிடநாடு
10.	சரோஜா ஆறணா	25.04.1943	திராவிடநாடு
11.	இவர்கள் குற்றவாளிகளா?	25.07.1943	திராவிடநாடு
12.	உண்ணாவிரதம் ஒரு தண்டனை	24.10.1943	திராவிடநாடு
13.	சொல்லாதது	24.10.1943	
14.	பள்ளியறையில் பரமசிவன்	16.04.1944	திராவிடநாடு
15.	ஜஸ்டிஸ் ஜானகி	17.09.1944	திராவிடநாடு
16.	கிருஷ்ண-லீலா	1945	
17.	1938-1940 ஒரு வசீகர வரலாறு	14.01.1945	திராவிடநாடு
18.	தீர்ப்பளியுங்கள் சிக்கலான பிரச்சினை	21.01.1945	திராவிடநாடு

19. காமக் குரங்கு	28.01.1945	திராவிடநாடு
20. பிரசங்க பூஷணம்	04.02.1945	திராவிடநாடு
21. மதுரைக்கு டிக்கட் இல்லை	04.03.1945	திராவிடநாடு
22. தனபால் செட்டியார் கம்பெனி	1945	
23. அன்னதானம்	03.06.1945	திராவிடநாடு
24. அவள் முடிவு	04.11.1945	திராவிடநாடு
25. இரு பரம்பரைகள்	06.01.1946	திராவிடநாடு
26. புலிநகம்	20.01.1946	திராவிடநாடு
27. சிடுமூஞ்சி	03.02.1946	திராவிடநாடு
28. வேலை போச்சு	17.02.1946	திராவிடநாடு
29. சொல்வதை எழுதேண்டா	24.02.1946	திராவிடநாடு
30. தேடியது வக்கீலை	03.03.1946	திராவிடநாடு
31. பூபதியின் ஒரு நாள் அலுவல்	07.07.1946	திராவிடநாடு
32. முகம் வெளுத்தது	08.09.1946	திராவிடநாடு
33. நான் மனிதனானேன்	17.11.1946	திராவிடநாடு
34. பவழபஸ்பம்	1946	
35. நாடோடி	17.11.1946	திராவிடநாடு
36. ஆறுமுகம்	28.07.1946	திராவிடநாடு
37. கைதிகள்	12.01.1947	திராவிடநாடு
38. தீட்டுத்துணி	12.01.1947	திராவிடநாடு
39. சூதாடி	12.01.1947	திராவிடநாடு
40. கலி தீர்த்த பெருமாள்	19.01.1947	திராவிடநாடு

41. இம்சைக்கு ஆளான இலட்சியவாதி	23.02.1947	திராவிடநாடு
42. குற்றவாளி யார்?	02.03.1947	திராவிடநாடு
43. மாடி வீடு	16.03.1947	திராவிடநாடு
44. பேய் ஓடிப் போச்சு	31.08.1947	திராவிடநாடு
45. கதிரவன் கண்ணீர்	09.11.1947	திராவிடநாடு
46. சாது	16.11.1947	திராவிடநாடு
47. பலாபலன்	25.01.1948	திராவிடநாடு
48. ராஜபார்ட் ரங்கதுரை	06.06.1948	திராவிடநாடு
49. இரும்பாரம்	13.06.1948	திராவிடநாடு
50. மரத்துண்டு	13.06.1948	திராவிடநாடு
51. இரு காட்சிகள்	17.10.1948	திராவிடநாடு
52. கொலைகாரி	19.12.1948	திராவிடநாடு
53. கடவுள் தண்டிப்பார்	26.12.1948	திராவிடநாடு
54. வள்ளிநாயகியின் கோபம்	02.01.1949	திராவிடநாடு
55. மூலகாரணம்	02.01.1949	திராவிடநாடு
56. கனவில் கீரதர்	20.03.1949	திராவிடநாடு
57. வெள்ளி ரதம்	17.04.1949	திராவிடநாடு
58. செவ்வாழை	01.05.1949	திராவிடநாடு
59. புதிய நாயனார்	04.06.1950	திராவிடநாடு
60. பக்த பக்காத் திருடன்	11.06.1950	திராவிடநாடு
61. பிரமநாயகம் திராவிடநாடு	02.07.1950	திராவிடநாடு
62. கருப்பண்ணசாமி யோசிக்கிறார்	04.02.1951	திராவிடநாடு

63. மனித மந்தை	18.03.1951	திராவிடநாடு
64. ரொட்டித்துண்டு	14.01.1953	திராவிடநாடு
65. குற்றவாளிக் கூண்டிலே நிறுத்தினால்	14.01.1953	திராவிடநாடு
66. இருவர்	29.03.1953	திராவிடநாடு
67. மூன்று கடிதங்கள்	14.01.1954	திராவிடநாடு
68. சமயபுரத்தம்மன் மான நஷ்ட வழக்கு	16.05.1954	திராவிடநாடு
69. தேவதையின் துயரம்	18.07.1954	திராவிடநாடு
70. ஒருவன்தான் பிடிபட்டான்	25.07.1954	திராவிடநாடு
71. யோகாப்யாசம்	08.08.1954	திராவிடநாடு
72. வேலை கிடைத்தது	09.10.1955	திராவிடநாடு
73. குமாரி சூர்யா	14.01.1955	திராவிடநாடு
74. பல்லிளிக்கும் பரப்பிரம்மங்கள்	14.01.1955	திராவிடநாடு
75. அறுவடை	14.01.1955	திராவிடநாடு
76. நகைத்தாள் நங்கை	14.01.1955	திராவிடநாடு
77. யார்மீது கோபித்துக் கொள்வது?	30.01.1955	திராவிடநாடு
78. ஒரு முட்டாளின் கதை	13.03.1955	திராவிடநாடு
79. அல்லாடும் ஆண்டவன்	13.03.1955	திராவிடநாடு
80. போலீஸ் பொன்னுசாமி திகைக்கிறார்	24.04.1955	திராவிடநாடு
81. சமூக சேவகி சாருபாலா	18.09.1955	திராவிடநாடு
82. குற்றவாளி கூண்டுக்கு வெளியே	02.10.1955	திராவிடநாடு

54 அண்ணாவின் மொழி ஆளுமை

83.	திறப்பு விழா	09.10.1955	திராவிடநாடு
84.	கனவான்	14.01.1956	திராவிடநாடு
85.	மேலதிகாரி	14.01.1956	திராவிடநாடு
86.	குரலப்பர் மாறிவிட்டார்	14.01.1956	திராவிடநாடு
87.	செங்கரும்பு	05.02.1956	திராவிடநாடு
88.	பலி	29.01.1956	திராவிடநாடு
89.	கன்னி விதவையான கதை	14.01.1961	திராவிடநாடு
90.	நீதிபதி வக்கீலானார்	14.01.1961	திராவிடநாடு
91.	நெஞ்சில் நெருப்பு	14.01.1961	திராவிடநாடு
92.	வள்ளியின் தேவி	19.02.1961	திராவிடநாடு
93.	ஏழை	14.01.1962	திராவிடநாடு
94.	உபகாரி உலகநாதன்	26.07.1964	காஞ்சி
95.	வரவு - செலவு	27.09.1964	காஞ்சி
96.	கல்லும் கண்ணாடித் துண்டும்	14.01.1965	காஞ்சி
97.	உடை போட்டதும்	14.01.1965	காஞ்சி
98.	காலிழந்தான்	14.01.1965	காஞ்சி
99.	சுமார் சுப்பையா	14.01.1965	காஞ்சி
100.	பித்தளை அல்ல, பொன்னேதான்	14.01.1965	காஞ்சி
101.	வழுக்கி விழுந்தவர்கள்	14.01.1965	காஞ்சி
102.	துணை நடிகை	14.03.1965	காஞ்சி
103.	சொக்கி	13.06.1965	காஞ்சி
104.	எங்கும் அவன்	03.10.1965	காஞ்சி
105.	உடையார் உள்ளம்	14.01.1966	காஞ்சி
106.	பொங்கல் பரிசு	14.01.1966	காஞ்சி
107.	கடவுளின் கவலை		
108.	தவளையும் மனிதனும்		

நாவல்கள்

சீர்திருத்த இயக்கத்தில் பகுத்தறிவுப் பாதையில் பெரியாரின் வழியில் வந்தவரான அண்ணா சாதி ஒழிப்பு, பொருந்தாமணக் கொடுமை, போலிச் சமயவாதிகளைத் தோலுரித்தல், கலப்புமண ஆதரவு ஆகியன குறித்து இவர் பல நாவல்களையும், குறு நாவல்களையும் எழுதியுள்ளார்.

வ.	அண்ணாவின்	ஆண்டு	பதிப்பகம்
1.	என் வாழ்வு	1940	குடியரசு
2.	கலிங்கராணி	1943	திராவிடநாடு
3.	பார்வதி பி.ஏ.	1945	திராவிடநாடு
4.	தசாவதாரம்	1945	திராவிடநாடு
5.	ரங்கோன் ராதா	1947	திராவிடநாடு

வ.எ.	அண்ணாவின் குறுநாவல்கள்	ஆண்டு	பதிப்பகம்
1.	கபோதிபுரத்துக் காதல்	1939	விடுதலை
2.	கோமளத்தின் கோபம்	1939	குடியரசு
3.	சிங்களச் சீமாட்டி	1942	திராவிடநாடு
4.	குமரிக்கோட்டம்	1946	திராவிடநாடு
5.	பிடிசாம்பல்	1947	திராவிடநாடு
6.	மக்கள் தீர்ப்பு	1950	திராவிடநாடு
7.	திருமலை கண்ட திவ்யஜோதி	1952	திராவிடநாடு
8.	தஞ்சை வீழ்ச்சி	1953	திராவிடநாடு

9.	பவழ பஸ்பம்	1954	திராவிடநாடு
10.	எட்டு நாட்கள்	1955	திராவிடநாடு
11.	உடன்பிறந்தார் இருவர்	1955	திராவிடநாடு
12.	மக்கள் கரமும் மன்னன் சிரமும்	1955	திராவிடநாடு
13.	அரசாண்ட ஆண்டி	1955	திராவிடநாடு
14.	சந்திரோதயம்	1955	திராவிடநாடு
15.	புதிய பொலிவு	1956	திராவிடநாடு
16.	ஒளியூரில் ஓமகுண்டம்	1956	திராவிடநாடு
17.	கடைசிக் களவு	1956	திராவிடநாடு
18.	இதயம் இரும்பானால்	1956	திராவிடநாடு
19.	இரத்தம் பொங்கிய இருபது ஆண்டுகள்		திராவிடநாடு
20.	தழும்புகள்	1965	காஞ்சி
21.	வண்டிக்காரன் மகன்	1966	காஞ்சி
22.	இரும்பு முள்வேலி	1966	காஞ்சி
23.	அப்போதே சொன்னேன்	1968	காஞ்சி

வ. எ.	அண்ணாவின் கட்டுரைகள் (சில)	ஆண்டு
1.	ரோமாபுரி ராணிகள்	1942
2.	புத்தர் புன்னகை	1942
3.	இந்து மதமும் தமிழரும்	1942
4.	களிமண்ணும் கையுமாக	1943
5.	பூதேவர் புலம்பல்	1943
6.	ஊரார் உரையாடல்	1943

7.	கம்பரசம்	1943
8.	ஆரிய மாயை	1943
9.	வர்ணாஸ்ரமம் ஒழிக	1943
10.	விடுதலைப் போர் (திராவிடர் கழகம்)	1944
11.	கட்சியில் கடவுள் மதம்	1944
12.	திராவிடரும் கடவுளரும்	1944
13.	கடவுள் விளக்கம்	1944
14.	நிக்கோலஸ் தீர்ப்பு	1945
15.	தேவலீலைகள்	1945
16.	அமெரிக்காவில் ஒரு பாரதிதாசன்	1945
17.	வில்லவன் கோதை விருந்து	1945
18.	சிவலோகவாசிகள்	1945
19.	பெரியப்புராணப் புதையல்	1945
20.	வால்டேர் வீசிய வெடிகுண்டு	1945
21.	மாற்றானின் மல்லிகைத் தோட்டம்	1945
22.	கோடு உயர்ந்தது குன்றம் தாழ்ந்தது	1946
23.	புராணம் போதைதரும் லேகியம்	1946
24.	காமவேள் நடனசாலையில் கற்பூரக்கடை	1946
25.	எரியிட்டார் என் செய்தீர்	1946
26.	விதைக்காது விளையும் கழநி	1946
27.	சிந்தனைச் சிற்பி சிங்காரவேலர்	1946
28.	பணத்தோட்டம்	1946
29.	இலட்சிய வரலாறு (மரணசாசனம்)	1946
30.	காண்டேர்கார்	1946
31.	பயங்கரப்பாதை	1946
32.	இயற்கை ஓர் அழகிய விதவை	1947

33.	1858-1948 (விசித்ர வினா)	1947
34.	லேபிள் வேண்டாம்	1947
35.	இதுவா தமிழர் சமயம்	1947
36.	அக்ரகாரத்தில் ஓர் அதிசயமனிதர்	1947
37.	படமும் பாடமும்	1947
38.	ஏழைப்பங்காளன் எமிலிஜோலா	1947
39.	ஏழை எரிமலை	1947
40.	ஆகஸ்ட் பதினைந்து 1947	1947
41.	இப்படைத் தோற்கின் எப்படை ஜெயிக்கும்	1947
42.	பாரதி பாதை	1947
43.	எண்ணிப்பார் கோபியாமல்	1947
44.	ரயிலேறி ராமேஸ்வரம் போவதும்	1947
45.	உலகப்பெரியார் காந்தி	1948
46.	ஆதென்ஸ் நகரில் அன்றொருநாள்	1948
47.	அறப்போர்	1948
48.	சர்க்கார் விடுமுறை நாட்கள்	1948
49.	சைவ வைணவ மத போதனை	1948
50.	சீனா சிவப்பாகிறது	1948
51.	படகாட்சிகளில் பரமன்	1949
52.	ஆதித்தன் கனவு படமல்ல - பாடம்	1949
53.	திருக்குறள் ஒரு திருப்பணி	1949
54.	செக்கோஸ்லோவோகியா	1949
55.	பெண்ணினம் பேசுகிறது	1949
56.	மூடநம்பிக்கை	1949
57.	வெட்கப்படுகிறோம். வேதனைப்படுகிறோம். விரட்டப்படுகிறோம்	1949

58.	மாஜிக் கடவுள்கள்	1949
59.	கடவுள் விஷயம்	1949
60.	இந்தியும் தமிழ் மகனும்	1950
61.	பிருந்தாவனம் முன்ஷி திட்டம்	1950
62.	இருளில் ஒளி	1951
63.	வாழ்க வசவாளர்கள்	1951
64.	தாயகமே தாயே	1952
65.	பொன்னொளி	1953
66.	மக்கள்தீர்ப்பு மகத்தான பாடம்	1954
67.	நாட்டின் நாயகர்கள்	1956
68.	அரோகரா, கோவிந்தா	1956
69.	படமும் பாடமும்	1957
70.	71 ஆயிரம் கோடி	1960
71.	அன்பின் பிணைப்பு நாம் கண்ட இயக்கம்	1960
72.	எல்லோரும் இந்நாட்டு மன்னர்	1960
73.	அந்திக் கலம்பகம்	1960
74.	பூச்சுவேலை கடன்பட்டு	1961
75.	பைங்கிளிக்குப் பாலூட்டும் செந்தாமரையாள்	1961
76.	பூங்காவில் புலவர்	1962
77.	இருளகல	1962
78.	நண்பர்கள் கேட்பதற்கு	1962
79.	மழு ஏந்திய மங்கை	1963
80.	காணாமல் போன கப்பல்	1963
81.	குடியாட்சி கோமான்	1965
82.	மொழியும் வாழ்க்கை வழியும்	1966
83.	கார்டுனாயணம்	1967
84.	அவன் கேட்பது வாழ்வு	1967

கதைப்பாடல்கள்

அண்ணாவின் பாடல்கள் வாழ்த்துப் பாடல்கள், இசைப் பாடல்கள், கதைப்பாடல்கள், அட்டைப்படப் பாடல்கள், பல்சுவைப் பாடல்கள் என அமைகின்றன. அவற்றில் அண்ணாவின் கதைப் பாடல்களாகப் பின்வருவன அமைகின்றன.

தேம்புகின்றேன்	1956
மூதறிஞர் மூவர்	1961
நானே தலைவன்	1961
புத்தியில்லா உலகமது	1963
அவனா இவனா அறிவாளி	1964
காடுடையார்	1965
வேட்பாளர் வருகின்றார்	1965
கோபம்	1965

இவையனைத்தும் 1956 லிருந்து 1965க்குள் எழுதப்பெற்றது. ஒவ்வொன்றும் ஒரு கதைப் பொருண்மையைக் கருப் பொருளாகக் கொண்டிருந்தாலும் ஒரே நோக்கத்தைக் கொண்டதாக அமைந்திருப்பதைக் காணலாம்.

இப்பாடல்கள் அரசியல் பார்வையை உணர்த்தினாலும் பொதுவில் இக்கதைப் பாடல்கள் சமூக நேர்மை, கடுமையாக உழைத்தல், கோபம் தவிர்த்தல், சோம்பல் அற்று இருத்தல் எனும் நிலைகளில் கதை போலச் சொல்லிவிட்டு இவை கவிதையல்ல, தேவைப் பட்டவர்கள் இதைக் கவிதையாக்கிக் கொள்ளலாம் என்றும் அண்ணா குறிப்பும் தருகிறார்.

அண்ணா தன் படைப்புகளுக்குச் சூட்டும் பெயரே பிறரைக் கவர்ந்திருக்கும் வண்ணம் அமைந்திருக்கும்.

அவனா இவனா அறிவாளி	செவ்வாழை
இசைக் காதலர்கள் எதனால்?	தீட்டுத்துணி
இவர்கள் குற்றவாளிகளா	தேம்புகின்றேன்
ஓடிப் போச்சு	நல்லதம்பிநானே தலைவன்
ஒரு முட்டாளின் கதை	நீதி தேவன் மயக்கம்
கலப்பு மணம்	பலாபலன்
கன்னி விதவையான கதை	பல்லிளிக்கும் பிரம்மங்கள்
கைதிகள் மரபு	பிடி சாம்பல்
அழு மூஞ்சி	புத்தியில்லா உலகமிது
புதிய பொலிவு	முகம்வெளுத்தது
பூபதியில் ஒரு நாள் அலுவர்	யார் கேட்க முடியும்?
மக்கள் தீர்ப்பு	யார் மீது கோபித்துக் கொள்வது
மடை	வழக்கு வாபஸ்
சூடி	வேலை போச்சு

4. அண்ணாவின் மொழிநடை

மொழி ஒரு கருத்துப் பரிமாற்றக் கருவி. கருத்துப் பரிமாற்றத்திற்கு வரையறுக்கப்பட்ட ஒலிகளும், ஒலிகளால் ஆன சொற்களும், சொற்களால் ஆன தொடர்களும், வாக்கியங்களும் துணைபுரிகின்றன. தனிமனிதப் பேச்சுக்களின் தொகுதியாகிய கிளைமொழி, கிளை மொழிகளின் பிரிவுகளான வட்டாரக் கிளைமொழி, சமுதாயக் கிளைமொழி, தொழிற்சார் கிளைமொழி ஆகியவற்றால் ஆன பொதுமொழி என்பன மொழியின் படிநிலைகளைக் கொண்டதாகும். மொழி அமைப்பு நிலையில் பலபடி நிலைகளையும், எழுத்து மொழி, பேச்சுமொழி என்ற வேறுபாடுகளைக் கொண்டிருப்பினும் பொது நிலையில் கருத்துப் பரிமாற்றப் புரிதலைக் கொண்டு எந்த ஒரு மொழியும் செயல்படுகின்றது.

படைப்பின் சிறப்பிற்குக் கருத்தும் (Content) வடிவமும் (Form) துணை நிற்கின்றன. கருத்திற்கு ஏற்ப மொழியையும், மொழிக்கு ஏற்ப வடிவத்தையும் கையாளுவது படைப்பாளியின் பணியாகும். கருத்தும் வடிவமும் படைப்பாளியை இனங்கண்டு கொள்ள உதவுகின்றன. கருத்துச் செறிவிற்காக மொழியின் வடிவத்தையும், வடிவச் சிறப்பிற்காகக் கருத்தையும் இழக்கும் சூழல்கள் சில நேரங்களில் படைப்பாளிக்கு ஏற்படுவதுண்டு. கருத்தாலும் வடிவத்தாலும் ஆழமுள்ள படைப்புகளே காலத்தை வென்று நிற்கும் அழியாத கருவூலங்களாகும்.

ஒரு படைப்பின் தன்மையை அளவிடும் பல்வேறு உத்திகளுள் நடையை ஆய்வதும் ஒன்றாகக் கருதப்படுகின்றது. ஒருவர் பேசுவதைப் போன்று இன்னொருவர் பேச முடியாததைப் போல் ஒருவர் எழுதுவதைப் போன்று இன்னொருவரின் எழுத்து அமைவதில்லை.

இதன் விளைவாக ஒவ்வொரு படைப்பாளியின் நடையும் வேறுபடுகின்றது. எனவே படைப்பாளிகளை இனம் கண்டு கொள்வதற்கு அவர்களது மொழிநடை பெரிதும் பயன்படுகின்றது. நடைக்கு ஏற்றவாறு படைப்புகளின் தன்மைகளும் மாறுபடுகின்றன.

நடை என்ற சொல் பலராலும் ஆளப்பட்டு வந்தாலும் நடை என்பதை யாரும் விளக்க முற்பட்டதில்லை. எளிய நடை, அருமையான நடை, ஆற்றொழுக்கான நடை, சிறந்த நடை, செவ்விய நடை, மனதைக் கவர்ந்த நடை எனத் திறனாய்வுகள் நடையைப் பற்றி பேசுகின்றனவேயன்றி அந்நடைகள் என்ன என்பதை விளக்க முற்படவில்லை.

அறிவியல் அடிப்படையின்றி இவ்வகைத்திறனாய்வுகள் வளர்வதாகவும், இதற்குக் காரணம் இலக்கியச் சுவைப்பு தன்னுணர்வு வெளிப்பாடாகவே இருக்க முடியும் ஒருவரது சுவைப்பும் அடுத்தவரது சுவைப்பும் ஒரே மாதிரியாக இருக்க முடியாது, எனவே அங்கு அறிவியல் அடிப்படைக்கு இடமில்லை என்று வாதிப்பவர்கள் பலர் உண்டு என்கிறார் ஜெ.நீதிவாணன் (2001:2).

மொழியையும் இலக்கியத்தையும் ஒன்றாக எண்ணி மயங்குகின்ற போக்கு நடையைப் புரிந்துகொள்ள இயலாமைக்கு ஒரு காரணமாகும். கருவிக்கும் படைப்பாளிக்கு முள்ள வேறுபாடு பலராலும் உணரப்படுவதேயில்லை, இலக்கியம் மொழியின்

சிறப்பாகவும் கருதப்படுவதனால், உயர்ந்த படைப்புகள் திறனாய்விற்கப் பாற்பட்டவை ஆகின்றபோது, அவர்களது மொழிநடை ஆய்வும் திறனாய் விற்கபபாற்படுகிறது. அவர்களது படைப்புகளில் தளை தட்டியிருந்தாலும், ஓசை குறைந்திருந்தாலும் அவையே பெரும் உத்திகளாகக் கொள்ளப்படுகின்றன என்கிறார் ஜெ.நீதிவாணன் (2001:2)

இங்கு அண்ணாவின் படைப்புகள் திறனாய்வுக்கு உட்படுத்தப்பட்டு, எத்தகைய மொழிநடையை அவர்தம் படைப்புகளில் கையாண்டுள்ளார் என்பதை ஆராய்வதே நோக்கமாக அமைகின்றது.

நடை

இலக்கிய ஆசிரியரின் கருத்தும் உணர்ச்சியும் அவர்தம் தனி அனுபவத்தினைப் பொறுத்தனவாகும் ஆகையால் அவற்றை வெளிப்படுத்த உதவும் மொழியும் ஆசிரியருக்கே உரிய தனிப்பண்பு வாய்ந்ததாகும். அண்ணாவின் நடை மறுமலர்ச்சி நடை எனலாம். இவர் பழந்தமிழ்ச் சொற்களைப் பயன்படுத்தியதோடு மட்டுமல்லாது புதிய சொல்லாக்கங்களை அமைத்தவர் அவருடைய ஆற்றல் மிக்க பேச்சும் வலிமை மிகுந்த எழுத்தும் தாம் அவருக்குத் தமிழ் நெஞ்சங்களில் நீங்கா இடத்தைப் பெற்றுத் தந்தது.

ஐரோப்பியரின் வருகையின் விளைவால் தமிழ் உரைநடை வளர்ச்சியும், வளமும் பெற்றது. திரு.வி.க., மறைமலையடிகள் போன்ற தமிழறிஞர்களால் உரைநடை மலர்ச்சியடைந்தது. அண்ணாவின் உரைநடை, உரைநடை வளர்ச்சியில் மேலும் ஒரு பரிமாணத்தை ஏற்படுத்தியது.

தமிழக அரசியலில் தமக்கெனத் தனிப் பாதையை வகுத்துக் கொண்டவர் அண்ணா. அவர்தம் பேச்சாற்றலாலும், படைப்பாற்றலாலும் தமிழகத்தின் தலைவிதியை மாற்றியவர். ஆரியர்களுக்கு அடிமைப்பட்டுக்கிடந்த தமிழர்களை விழித்தெழச் செய்தவர்.

எளிமை, இனிமை, கனிவு போன்ற இயல்புகளினாலும் அனைத்துத் துறைகளிலும் பெற்றிருந்த ஈடில்லாத அறிவு மாட்சியாலும் சிறந்து விளங்கியவர் அறிஞர் அண்ணா. "அண்ணாத்துரை எண்ணாத்துறை இல்லை" என்று பாவேந்தர் பாரதிதாசனால் புகழாரம் சூட்டப்பட்டவர். பேசா நாளெல்லாம் பிறவா நாளே எனக் கருதி நாளெல்லாம் நாடெல்லாம் பேசி வந்தவர்.

தமிழுக்கு ஒரு புது நடையைத் தந்தவர் அண்ணா. இவரது மொழிநடையில் எதுகை, மோனை, இயைபு, அந்தாதி, உவமை, உருவகம், சிலேடை, ஆகுபெயர், முரண், அடுக்குத் தொடர், அடைமொழி, வருணனை, மெய்ம்மை போன்ற பல்வேறு நடையியல் கூறுகள் இடம்பெற்றுள்ளன. தொல்காப்பியர் நடை என்ற சொல்லை,

"ஆசிரிய நடைத்தே வஞ்சி, ஏனை
வெண்பா நடைத்தே கலிஎனமொழிப" (தொல்.1365)

என்று கையாண்டுள்ளார்.

நடை விளக்கம்

நடை என்னும் சொல்லுக்கு அறிஞர்கள் பல்வேறு விதமான விளக்கங்களைத் தருகின்றனர்.

"சொற்களைத் தொகுக்கும் முறையை நடை" என்கிறார் பொன்னுதுரை.

"நடை என்பது எழுத்தாளனின் பல்வேறு வகையான படைப்புகளைப் படிக்கும் நிலையில் படிப்போரையும் கவரும் வயப்படுத்தும் கருவியாகும்" என்பார் கிப்பன் எட்பர்ட்.

"அழகிய சொற்களால் இனிமையாகவும் எளிமையாகவும் நுட்பமாகவும் கருத்தினை உணர்த்த வல்லதே சிறந்த நடையாகும்" என்கிறார் ஹ்யூம்.

"நடை என்பது கவிஞனின் தனித்தன்மை, கவிஞர் உணர்த்தும் உத்தி, இலக்கிய உச்ச நயம்" என்பார் மிடில்டன் மர்ரே.

"நடையாவது ஒளி, தெளிவு, தன்மை, ஒழுக்கம் எனும் நான்கும் உடையதாக இருக்க வேண்டும்" என்கிறார் பாரதி (அ.அனுசுயா, 2013, 32). நடை என்பதற்கு இவ்வாறு பல்வேறு விளக்கங்கள் தரப்படுகின்றன.

அழகிய செஞ்சொற்களால் இனிமையாகவும் எளிமையாகவும் நுட்பமாகவும் கருத்தினை உணர்த்துவதே நல்ல நடையாகும்.

நடையின் இயல்பை ஆய்ந்த திறனாய்வாளர்கள் நடை அறுவகையினதாக வேறுபடக்கூடும் என்று கருதுகின்றனர். எவ்வாறெனில், 1. ஆசிரியர், 2. காலம், 3. நோக்கம், 4. கருத்து, 5. இடம், 6. மக்கள் என முதலியவற்றால் நடையமைப்பு வேறுபடும்.

ஆசிரியர்

நடை, ஆசிரியரின் இயல்போடு பெரிதும் தொடர்புடையது. ஹோமர், சேக்சுபியர், மில்டன் முதலானோர் பயன்படுத்தும் நடையினை அவர் தம் பெயராலேயே அழைக்கின்றனர்.

அங்ஙனமே தமிழிலக்கியத்தை ஆய்ந்த பண்டைத் தமிழர்களும் ஒவ்வொரு புலவருக்குரிய பாநடையோடு அவர்களை இயைத்துப் பாராட்டினர். நாவுக்கரசரைத் "தாண்டகவேந்தர்" என்று அழைத்தனர். வெண்பா நடையில் நிகரற்று விளங்கினார் புகழேந்தி விருத்த நடையில் புகழ் பெற்றவர் கம்பர். இதனை,

"வெண்பாவிற் புகழேந்தி பரணிக்கோர்
செயங்கொண்டான் விருத்தமென்னும்
ஒண்பாவிற் குயர்கம்பன் கோவையுலா
அந்தாதிக் கொட்டக் கூத்தன்
கண்பாய கலம்பகத்திற் கிரட்டையர்கள்
வசைபாடக் காளமேகம்
பண்பாக வுயர் சந்தம் படிக்காச
லாதொருவர் பகரொ ணாதே"

என்னும் பாடல் இனிதுணர்த்தும்.

நடைத்திறன் வாய்ந்த ஆசிரியர் தம் காலத்திலேயே தமக்கெனத் தனி முத்திரையைப் படைத்து விடுவதன்றி, அவருக்குப் பின் வந்தவரும் அவ்வகை நடையினைப் பின்பற்றுமாறு செய்து விடுகின்றனர். இஃது அவர் நடைக்குக் கிடைத்த வெற்றி தனி ஆற்றல் ஆகும்.

உரைநடையமைப்பிலும் ஆசிரியர்கள் பலர் தங்களுக்கென ஓர் இடத்தை அமைத்துக் கொண்டனர். மறைமலையடிகள் நடை, திரு.வி.க. நடை, அண்ணா நடை என்று ஆசிரியர் பெயராலேயே நடைகள் சுட்டப்பட்டதும் எண்ணுவதற்குரியது.

காலம்

நடை காலத்தோடு நெருங்கிய தொடர்புடையதாய் விளங்குகிறது. ஒவ்வொரு காலப் பகுதியிலும் ஒவ்வொரு வகையான நடையினை ஆசிரியர்கள் கையாளுகின்றனர்.

68 அண்ணாவின் மொழி ஆளுமை

உரைநடையிலும் இடைக்காலத்தில் வடமொழியின் தாக்கத்தால் தோன்றிய மணிப்பிரவாள நடையும், இன்று பேச்சுவழக்கும் ஆங்கில மொழியோடு சேர்ந்து தமிழ் பேசும் புதிய நடையையும் காலத்திற்கேற்ற நடைக்குச் சான்றாகக் கூறலாம். சங்க இலக்கியத்தில் எளிய உவமை நடைகள் இனிய முறையில் விளங்கின. இடைக்காலத்தே வெறும் "சொல் அலங்காரக் கவிதைகள்" மலிந்தன. இவையெல்லாம் பிறமொழியின் தாக்கத்தால் தமிழ் பெற்ற மாறுதல்களாகும். எனவே காலச்சூழலும் நடை மாற்றத்திற்கு அடிப்படையாக அமைகின்றது.

அண்ணாவின் காலம் சமுதாய மறுமலர்ச்சிக் காலம். சமுதாய மாற்றத்தின் மூலமே அரசியல் மாற்றத்தை ஏற்படுத்த முடியும் என்று எண்ணிய அண்ணா அதற்கேற்ப தம் கருத்துக்களையும் கருத்துக்கு ஏற்ப தமது மொழிநடையையும் அமைத்துக்கொண்டார்.

நோக்கம்

நடை, எழுதுவோருக்குத் தக்கவாறு வேறுபடுவது போலச் சொல்லும் நோக்கத்திற்குத் தக்கவாறு வேறுபடுகிறது. உணர்ச்சி களை உணர்த்த விழைந்த கலைஞன் அவ்வவ் உணர்ச்சிக்குத் தக்கவாறு தன்னுடைய சொற்களைப் படைக்கிறான்.

அண்ணாவும் உணர்ச்சி வெளியீட்டிற்காகவும் சொல்லப்படும் கருத்திற்கு அழுத்தம் தருவதற்காகவும் ஒரு சில சொற்களையும் கருத்துக்களையும் திரும்பத்திரும்பச் சொல்கின்றார். இதுவும் அண்ணாவின் நடையழகின் நோக்கமாகும்.

கருத்து

நடை, கருத்தின் தாக்கத்தாலும் வேறுபடுகிறது. இதனைப் பொருள் பற்றிய பாகுபாடு என்றும் உரைக்கலாம். புதினம், வரலாறு, அறிவியல், மெய்ப்பொருள் முதலானவற்றை எழுதும் ஆசிரியர்கள் ஒவ்வொருவரும் தத்தம் நடையில் வேறுபடுகின்றனர். இவர்கள் கருத்தினை உணர்த்தும் முறைகளிலும் கூட வேறுபாடுகளும் நயங்களும் உள.

மக்களிடம் மண்டிக்கிடக்கும் மூடநம்பிக்கைகளைக் களைந்து சிந்தித்துச் செயல்படத் தூண்டியவர். தம் படைப்புகளின் பாத்திரங்களின் வாயிலாகவும் நிகழ்ச்சிகளின் வாயிலாகவும் கதை கூறும் போக்கிலும் பகுத்தறிவுக் கருத்துக்களை அழகுபட எடுத்து விளக்குகிறார்.

இடம்

நாட்டுக்கு நாடு மொழி வேறுபடுகிறது. ஒரே மொழி பேசுகின்ற நாட்டு மக்களிடத்தும், பேச்சுவழக்கில் மொழிநடை வேறுபடுவதைக் காணமுடியும். நாடோடிப் பாடல்கள் அந்தந்த இடத்திற்கேற்ப அமைந்துள்ளதும், இத்தகு நடை வேறுபாட்டுக்குச் சான்றாக அமைகின்றன.

அண்ணாவின் படைப்புகளும் இதற்கு விதிவிலக்கல்ல. கடமை, கண்ணியம், கட்டுப்பாடு என்ற தாரக மந்திரத்தால் தமிழகத்தை, இச்சமுதாயத்தைச் சீர்திருத்த விரும்பினார்.

மக்கள்

நடையமைப்பும், தன் முன்னே உள்ளோர்க்குத் தக்கவாறு மாறுபடுகிறது. கற்றோர்க்குத் தக்கவாறு ஓர்நடையும் எளிய

மக்களுக்குத் தக்கவாறு மற்றோர் நடையும் கைவரப் பெற்றிருத்தல் வேண்டும். கேட்போர் உளங்கொளக் கூறுவதற்கு இத்தகு நடை இன்றியமையாதது. அண்ணா பாமர மக்களுக்காக எழுதினார். எனவே அவர் நடையில் பேச்சுத் தமிழும், பிறமொழிச் சொற்களும் பயின்று வருவதனைக் காணலாம்.

உரைநடை

விளங்க முடியாத எந்தப் பொருளையும் எளிமையாகவும் தெளிவாகவும் உணர்த்துவதற்குப் பெரிதும் பயன்படுகிறது. உரைநடையும் காலப்போக்கில் நடையமைப்பில் மாறுபட்டே வருகிறது. இறையனார் களவியல் உரைநடை, சிலப்பதிகார உரைநடை முதலான பழைய உரைநடைகளிலிருந்து இன்று வரைக்கும் மலர்ந்துள்ள உரைகளின் நடையின் போக்கை எண்ணிப் பார்த்தால் ஒவ்வொரு கால்வரையறையிலும் ஒவ்வொரு விதமான நடையமைப்புகள் தோன்றியிருந்ததை உணரமுடியும்.

உரைநடை வகையினைத் தொல்காப்பியர் நான்கு வகையாகக் கூறுகின்றார்.

"பாட்டிடை வைத்த குறிப்பினானும்
பாவின் றெழுந்த கிளவி யானும்
பொருள் மரபில்லாப் பொய்ம்மொழி யானும்
பொருளோடு புணர்ந்த நகைமொழியானும் என்று
உரை வகை நடையே நான்கென மொழிப"

(தொல்.166)

என்பது தொல்காப்பிய நூற்பா.

மேலைநாட்டு ஆசிரியர் ஒருவர் உரைநடையினை கதைப் போக்கு (Narrative), கொள்கைவிளக்குமுறை (Argumentative),

நாடகப்பாங்கு (Dramatic), செய்தி தரும்முறை (Informative), ஐயமகற்றும் ஆய்வுமுறை என ஐந்து வகையாகக் கூறுவர் (அ.மு.ப. தமிழ் உரைநடை ப. 56).

சமுதாய மாற்றத்தின் மூலமே அரசியல் மாற்றத்தை ஏற்படுத்த முடியும் என்று எண்ணிய அண்ணா அதற்கேற்ப தம் கருத்துக்களையும் கருத்துக்கு ஏற்பத் தமது மொழி நடையையும் அமைத்துக் கொண்டார்.

அண்ணா தமிழுக்கு ஒரு புதுநடை தந்தார். அது வேகமான நடை, விறுவிறுப்பான நடை, படிப்போரைச் சோர்வில் ஆழ்த்தாத நடை மேலும் மேலும் படிக்கத் தூண்டும் நடை, பரவசமூட்டும் நடை.

உணர்ச்சி வெளியீட்டிற்காகவும் சொல்லப்படும் கருத்தில் அழுத்தம் தருவதற்காகவும் சொல்லையோ கருத்தையோ திரும்பத் திரும்பச் சொல்வதுண்டு இதுவும் அண்ணாவின் நடையழகில் ஒன்றாகும்.

ஒலிக் கோலம்

ஒலிகள் தனித்தும் இணைந்தும் ஏற்படுத்தும் பல்வேறு ஒலிக்கூறுகளை ஆராய்வதும் நடையியல் பாற்பட்டதே ஆகும். இதனை ஒலிக்கோலம் (Sound texture) என்பர். ஆசிரியரின் படைப்பில் காணும் பல்வேறு ஒலிநயங்களையும் தொகுத்துப் பார்க்கும் போதுதான் ஆசிரியருக்குரிய இயல்பான சொல்லாட்சித் திறத்தை அறிய முடியும். (இ.சுந்தரமூர்த்தி, 1994:43)

மரபிலக்கணத்தில் கூறப் பெறும் எதுகை, மோனை, வண்ணம் முதலியன இவ்வொலி நிலைக்கூறுகளுள் அடங்கும். பாடல்கள் நினைவில் நிற்பதற்காக இவ்வுத்தி முறைகளைக் கையாண்டிருக்கக்கூடும். சில ஒலிகளோ, தொடர்களோ, பாட்டில்

மீண்டும் மீண்டும் வருமானால் அவை எளிதில் நினைவில் நிற்கத் துணை செய்யும். பாடல்களிலும் பிற்காலத்தில் உரைநடைகளிலும் தொடர்கள் சொற்கள் பயின்று வருவதும், சொற்கள் பயின்று வருவதும் இம்முறையிலேயே அமைந்தன. காலப்போக்கில் ஒலிகள் மட்டும் பாடல்களில் பயின்று வரத்தொடங்கின. இக்கட்டத்திலேயே எதுகை, மோனை போன்றவை தனி உத்திகளாகக் கால் கொள்ளத் தொடங்கின என்பர் நடையியலாய்வறிஞர் (ஜெ.நீதிவாணன். 64).

நடையியற் கூறுகளில் முதலாவது நிலை ஒலிநடையியலாகும். நடையியலில் ஒலியின் பாங்கினைக் காண்பதே இதன் குறிக்கோளாகும். ஒலிகள் தனித்தும், இணைந்தும் எங்ஙனம் திட்டப் பாங்குகளாகப் பயன்படுத்தபடுகின்றன என்பதையும் படைப்புகளை வேறுபடுத்திக் காண்பதில் சுவைகளின் பங்கினை விளக்குவதே ஒலிக்கோலம் என்பதாகும். எதுகை, மோனை, இயைபு, வண்ணம் போன்றவை ஒலிக்கோலத்தில் ஆய்வு செய்யப்படுகின்றன.

எதுகை, மோனை போன்ற உத்திகள் இலக்கியத்தில் இடம் பெற்றதன் முதற்காரணம் நினைவாற்றலை எளிதாக்குவதேயாகும். இதன் தொடர்பாக பின்னர் இவை அணி அடிப்படையிலும் யாப்படிப்படையிலும் வளர்த்துக் கொள்ளப்பட்டன. கவிதை உத்திகளாக இருந்த இவை பின்னர் உரைநடைக்கும் பயன்படுத்தப் பட்டது. ஆய்விற்கு எடுத்துக் கொள்ளப்பட்ட இரு நாடகங்களில் இவ்வுத்திகளைக் காண முடிகின்றது.

உரை நடைகளிலும் சீரிலும், அடியிலும் இவ்வுத்திகள் பயன்படுத்தப்பட்டுள்ளன.

மோனை

அடிதோறும், சீர்தோறும் முதல் எழுத்து ஒன்றி வரத்தொடுப்பது மோனை ஆகும்.

அடி மோனை

முதல் அடியிலும் இரண்டாம் அடியிலும் முதல் எழுத்து ஒன்றிவரத் தொடுப்பது அடி இணை மோனை.

"ஒத்தே ரூபாயா?
ஒங்க அப்பா நோட்டு நோட்டா நீட்டநாரை
மலையின் கம்பீரம்
மதியின் அழகொளி மேகக் கூட்டத்தின் மோகனம்"

இணை மோனை

ஒரே சீரில் முதல் எழுத்தும் இரண்டாம் எழுத்தும் ஒன்றி வருவது அடி இணை மோனை.

"அவர் அழுகிறார்
உனக்கு உயிர் மீது ஆசை இருக்கிறது."

பொழிப்பு மோனை

சீரில் முதல் எழுத்தும் மூன்றாம் எழுத்தும் ஒன்றிவரத் தொடுப்பது பொழிப்பு மோனை.

"அவர் கோபத்தோடு அந்த வார்த்தையைச் சொன்னார்.
காதலற்ற அந்தக் கலியாணம் என்னை"

ஒரூஉ மோனை

முதல் எழுத்தும் நான்காம் எழுத்தும் ஒன்றிவரத் தொடுப்பது ஒரூஉ மோனை.

"களவாட வந்தவனை ஒரு கன்னி உபகாரம் செய்
சாகசமாய் பேசி என்னைச் சாகடிக்காகவே நீ"

கூழை மோனை

முதல், இரண்டாம், மூன்றாம் எழுத்து ஒன்றிவரத் தொடுப்பது கூழை மோனை.

"கருத்திலே கலந்த கண்ணாளா
நினைத்தாலும் நெஞ்சு நடுங்குகிறது."

மேற்கதுவாய் மோனை

முதலாம், மூன்றாம், நான்காம் எழுத்து ஒன்றிவரத் தொடுப்பது மேற்கதுவாய் மோனை.

"இதோ பார் இரண்டாயிரம் இருக்கு
காமம், குடி, களவு, கொலை, கலகம்"

கீழ்க்கதுவாய் மோனை

முதலாம், இரண்டாம், நான்காம் எழுத்து ஒன்றிவரத் தொடுப்பது கீழ்க்கதுவாய் மோனை.

"என்னிடம் எப்படிக் கிடைத்தது என்று கேட்கிறாயா?
அதனாலேதான் அந்த பயல அவளுக்கு"

முற்று மோனை

முதலாம், இரண்டாம், மூன்றாம், நான்காம் எழுத்து ஒன்றிவரத் தொடுப்பது முற்று மோனை.

"கதிரவனைக் கண்டதும் கமலம் களிப்படைகிறதல்லவா
அழகாம் அழகு ஆயிரம் அழகிகள்"

அண்ணாவின் மோனைச் சிறப்பு பாத்திரங்களுக்கு பெயரிடுவதிலும் காணலாம்.

சுபேதார் சுந்தரம்,
அருள் கத்தி சுந்தர வாத்தியார்,
வண்டியோட்டி வரதன்,
ஆடுவெட்டி ஆண்டியப்பன்

இவற்றில் மோனைகளால் பெயரை உருவாக்கி பெயர் அடைகளாக அமைத்துள்ளார்.

அண்ணாவின் நடை என்றவுடனேயே அனைவருக்கும் நினைவுக்கு வருவது அவர்தம் உரைநடையில் இடம் பெறும் மோனையும் எதுகையும் தான். செய்யுள்ளுக்குரியதான மோனை, எதுகை ஆகியவை அண்ணாவின் உரைநடையில் விரவிக் கிடக்கின்றன. அண்ணாவிற்கு மோனை மீது அளவு கடந்த மோகமுண்டு.

"அழிக்கும் அழகே" (ஓ.இ. 43)

"அந்த அழகல்லவா அழைத்துக் கொண்டு வந்தது
அவருக்கு நான் அர்பணித்துவிட்ட பொருள் அல்லவா
இந்த அழகு
அவன் ஒழிந்தால் அப்பாவுக்கு ஆபத்து இல்லை"
(ஓ.இ.33)

"வாழ்வின் நீதி
வாழ்வின் நீதி" (ஓ.இ.37)

"என் கருத்திலே கலந்த கண்ணாளா" (ஓ.இ. 39)

"காதலற்ற அந்தக் கல்யாணம்" (ஓ.இ. 36)

"இங்கே கள்ளன்
கீழே காமுகன்" (ஓ.இ. 38)

"நீ கருந்தேள்
கீழே கருநாகம்" (ஓ.இ. 38)

"நீ சுட்டாலும் சாவேன், சுடாவிட்டாலும் சாவேன்"

(ஓ.இ. 38)

"அடே என்ன அச்சம்" (ஓ.இ. 38)

"இன்னும் இரண்டு நிமிஷம் கழித்து வந்திருந்தால் இந்தக் கோப்பை கீழே உருண்டு கிடக்கும்." (ஓ.இ.38)

"உன்னைப் பார்த்தால் எனக்குப் பரிதாபமாக இருக்கிறது பயமாகவும் இருக்கிறது" (ஓ.இ. 43)

"சாகசமாகப் பேசி என்னை சாகடிக்காதே"

(ஓ.இ. 43)

"என்று எண்ணி என்னைக் கல்யாணம் செய்து கொள்வது" (ஓ.இ. 42)

"இவ்வளவு இளவயதில்" (ஓ.இ. 42)

எதுகை

எதுகை, மோனை போன்றவை எழுத்தாளனின் அழகுக் கூறுகளாக மட்டுமின்றி கருத்து, உணர்ச்சி ஆகியவற்றின் கூறுகளாகவும் அமைகின்றன.

இரண்டாம் எழுத்து ஒன்றிவரத் தொடுப்பது எதுகை ஆகும். அடிகளிலும் சீர்களிலும் முதல் எழுத்து அளவொத்திருக்க இரண்டாம் எழுத்து ஒன்றி வருவது எதுகை எனப்படும்.

"நஞ்சை இருந்தது
புஞ்சையும் உண்டு" (க.வி.கதை. ப. 55)

"என்ன ஜாதியோ
என்ன குலமோ
என் தலைக்குக் கொள்ளியோ
என் குடும்பத்துக்குச் சனியனோ

என் காசை வாங்கித் தின்னுகிட்டு
என் குலத்துக்கே துரோகம் செய்தான்"

(கலப்புமணம். ப. 171)

"மண அறைக்கு அழைக்க வந்தவனை
பிணமாக்குகிறேன்" (ஓ.இ. 33)
"பெண்ணு மண்ணுதான்" (ஓ.இ. 89)
"நீ கருந்தேள் கீழே கருநாகம்" (ஓ.இ. 38)

இணை எதுகை

முதல் மற்றும் இரண்டாம் எழுத்து ஒன்றிடத் தொடுப்பது இணை எதுகை.

"இருக்கிறாங்க இருக்கிறாங்க நம்மாட்டம்
ஏழைகளெல்லாம்
வரட்டும் வரட்டும் அப்பாகிட்ட செல்கிறேன்
கட்டுக் கட்டிக் கொள்ள"

பொழிப்பு எதுகை

சீரில் முதல் எழுத்தும் மூன்றாம் எழுத்தும் ஒன்றிவரத் தொடுப்பது பொழிப்பு எதுகை.

"அவர் கண்ணுக்கு அவர் மகள் போல
ஒன்று சொன்னா ஒன்பது கேள்வியா"

ஒரூஉ எதுகை

முதல் எழுத்தும் நான்காம் எழுத்தும் ஒன்றிவரத் தொடுப்பது ஒரூஉ எதுகை.

"முடியாது போடி, சொல்ல முடியாது"

கூழை எதுகை

முதல், இரண்டாம், மூன்றாம் எழுத்து ஒன்றிவரத் தொடுப்பது கூழை எதுகை.

"பிடித்தால் பொடிப் பொடியாவாள்"

"என்ன, என்ன் எனக்கா"

மேற்கதுவாய் எதுகை

முதலாம், மூன்றாம், நான்காம் எழுத்து ஒன்றிவரத் தொடுப்பது மேற்கதுவாய் எதுகை.

"அப்பா, அய்யோ அப்பா, அப்பா"

கீழ்க்கதுவாய் எதுகை

முதலாம், இரண்டாம், நான்காம் எழுத்து ஒன்றிவரத் தொடுப்பது கீழ்க்கதுவாய் எதுகை.

"அழகாம் அழகு ஆயிரம் அழகிகள்"

இயைபு

அடிதோறும் இறுதியில் எழுத்தாலும் சொல்லாலும் ஒன்றிவரத் தொடுப்பது இயைபு என்பர். இயைபு பல்வகை உணர்ச்சிகளை வெளிப்படுத்தும் வகையில் அமையும். அண்ணா பாத்திரத்தின் அவல நிலையைச் சுட்டுகையில்

"எதிர்க்கத் தெரியாத கோழை
இங்கிதம் தெரியாத வாழை
இவன் பெயர் ஏழை" **(செவ்வாழை, ப. 42)**

என்று குறிப்பிடுகிறார்.

"உனக்கு ஒரு சீப்பு
அம்மாவைக் கேட்டு ஒரு சீப்பு
அப்பாவைக் கேட்டு ஒரு சீப்பு" (செவ்வாழை, ப.154)

படைப்பாளனின் கருத்துக்கு ஏற்ற ஒலி நயமும் இசையினிமையும் வெளிப்படுத்தும் என்பதால் அண்ணா பல இடங்களில் இதைப் பயன்படுத்தியுள்ளார்.

"உதைத்துத் தள்ளினீர்
உதறித் தள்ளினீர்
துரத்திக் கொண்டு வருகீறீர்" (ஓ.இ. 52)

"சின்ன அம்மாவையா
பெரிய அம்மாவையா" (ஓ.இ. 65)

"என் வாய் வலிக்க உன் நாமத்தைப் பூஜித்தேன்.
மாதாவே, மாகாளி, மகேஸ்வரி, லோகநாயகி
என்று உன்னை பக்தியோடு வேண்டினேன்.
வாழ வகையின்றித் திகைத்தேன்,
கடன் பட்டேன்,
கல்லுடைத்தேன்,
முட்டை சுமந்தேன்,
வண்டி இழுத்தேன்.
சூடம் வாங்கினேன்,
மாலையிட்டேன்
உனக்குப் படையல் படைத்தேன்" (வே. 32)

"ஒன்னுமில்லீங்க அந்தக் குளத்தங்கரைப் பாசியும்
இழுக்குதீங்க" (வே.17)

"எவனெவன் வருவானோ
என்னென்ன கேட்பானோ" (வே. 41)

"திருட்டுக் கழுதை
இறங்கடி கழுதை"   (வே. 71)
"பங்களா இல்லை
மாடி இல்லை
தோட்டமில்லை"   (வே.71)
"அவள் இருக்கிற கோலத்தைப் பாருங்கள்
டாக்டர் நல்லா பாருங்கள்" (வே. 75)
"உன்னைப் போல் காதலுக்காவா?
சீமானின் பணத்திற்காவா?" (வே.89)

சொற்கள்

    அண்ணாவிடம் எளிமையான சொல் தேர்வு உண்டு, சொல்வளம் நிறைந்த படைப்புகள் உண்டு. அண்ணா தொட்டுச் செல்லாத இலக்கிய வெளிகளே இல்லை எனக் கூறலாம். தலையங்கம், கட்டுரை, சிறுகதை, நாடகம், ஓரங்க நாடகம், புதினம், கவிதை, கதைப்பாடல், இசைப்பாடல், கடிதங்கள், கருத்துரை, திறனாய்வுக் குறிப்புகள், சித்திரச் செய்தி, மேடைப் பேச்சு, சொற்பொழிவுகள், பேருரைகள், செய்திப் பொறிகள் இன்ன பிற இலக்கிய வகைகளையும் தனதாக்கிக் கொண்டவர். இவ்விலக்கிய வகைமைகளை மெருகேற்ற மக்களின் மனதில் ஆழமாக வேரூன்றச் செய்ய பல்வேறு நடையியல் கூறுகளைக் கையாண்டுள்ளார் அண்ணா.

    திருக்குறள் "எண் பொருளவாகச் செலச் சொல்", "திறன் அறிந்து சொல்லும்", "வெல்லும் சொல் இன்மை அறிந்து சொல்லுக", "மாசற்ற சில சொல்", "வேட்பமொழிவதாம் சொல்", "சொல்லின் தொகையறிந்த தூய்மை", "ஆராய்ந்த சொல்வன்மை"

என்று கூறுவதும், தெரிதீங்கிளவி (குறுந்.250), தெளிதீங்கிளவி (நற்றினை.164), அழிழ்தத்தன்ன அந்தீங்கிளவி (குறுந்.206, அகம்.3) எனப் பழந்தமிழ் நூல்களும் சொல்லாட்சிக்கு அடைமொழி தந்து போற்றுகின்றன (இ.சுந்தரமூர்த்தி 1994:46-47).

சொற்கள் எண்ணத்தின் கருவிகள். அவை எத்துனை அளவு கூர்மையாகவும், திட்பமாகவும் விளங்குகின்றனவோ அத்துணை அளவு எண்ணத்தின் வெளிப்பாடும் திட்பமாகவும் நுட்பமாகவும் அமையும்.

உரிய இடங்களில் உரிய சொற்களைப் பெய்து எழுதுவது படைப்பாளியின் சொல்லாட்சித் திறத்தைக் காட்டும். ஒரு படைப்பின் வெற்றிக்கும் சிறப்பிற்கும் அடிப்படையில் பயன்படும் சொற்களும் காரணமாகும். புதிய புதிய சொல்லாட்சிகளைப் படைத்துக் காட்டல், சொற்களை உரிய வேகத்தோடு தம் நடையில் அமைத்தல் ஆகியன சிறந்த நடைக்கூறுகள் எனலாம். படைப்பாளி தாம் பயன்படுத்தும் சொற்களாலேயே படிப்போரை நிகழ்ச்சி நிகழ்ந்த காலத்திற்குக் கொண்டு செல்ல முடியும். சொற்கள் படைப்பின் பல்வேறு சூழல்களையும் காட்ட வல்லவை. நிகழ்ச்சியின் காலச்சூழல், இடச்சூழல், மாந்தரின் அகச்சூழல், புறச்சூழல் ஆகியவற்றை உணர்த்தும் வன்மை பெற்றவை. சொற்களின் தேர்வும் படைப்பாளியை இனங்கண்டு கொள்ள உதவும் நடையியல் கூறாகும். (இ.சுந்திரமூர்த்தி, பக்.15)

மக்கள் பேசும் மொழியில் அமைந்துள்ள சில ஒலி, சொல் தொடர்களைத் தேர்ந்தெடுத்து முறைப்படுத்தித் தான் விரும்பும் கருத்தினை வெளிப்படுத்த ஒரு நிலையான தனக்குரிய ஒரு முறையை எழுத்தாளன் உருவாக்கிக் கொள்கின்றான். அம்முறையில் படிப்போருடைய உள்ளத்தில் உறவாடும் வாய்ப்பு எழுத்தாளனுக்குக் கிட்டுகின்றது.

இத்தகைய உள்ள உறவு பெறவும் படிப்போர் சுவைத்து இன்புறவும் சொற்களைத் தேர்ந்தெடுத்தாளுவதால் சமுதாய மொழியுறவும் பெறச் சொற்கள் பயன்படுகின்றன என்பர்.

புதுச் சொல்லாட்சி

அண்ணா அவர்தம் படைப்புகளில் புதிய சொற்களையும், தொடர்களையும் படைத்துள்ளார்.

துருக்கர் கூட்டம், வறண்ட மதியினர், காலியுடைக்காரர், கமண்டலமேந்திகள், கொல்லை காத்தான் பதுமை, சூதுரை, செல்வான்கள், கிழக்குரங்கு, விதவாம்சான், இசைக்காதலர், பச்சை ஓணான், வெள்ளிடப்பி, அன்னாடிகள், பணம்பிடுங்கி, ஒய்யார வாழ்வு, சுயநலம், காமக் குரங்கு

சொல் தேர்வு

அண்ணா படைப்புகளில் சொற்கள் அனைத்தும் இவரைத் தேடிவந்து விழுகின்றனவோ என வியக்கும் படி அமைந்திருக்கும்.

படைப்பாளியின் சூழல், கல்வி, பணி, உணர்த்த முற்படும் கருத்தின்தன்மை, உணர்த்தப்படும் கருத்தினைச் சுவைப்போர் திறன் ஆகியவை இலக்கிய படைப்பில் பிறமொழிச் சொல்லாட்சிக்கு வழிவகுக்கின்றன. அண்ணாவின் உரை நடைகளும் விதிவிலக்கல்ல. அவருடைய படைப்புகளில் வடமொழிச் சொற்கள், ஆங்கிலச் சொற்கள் மிகுதியாக கையாளப் பட்டுள்ளதைக் காணமுடிகின்றது.

மொழியின் இன்றியமையாத கூறு சொல்லாகும். உலகிலுள்ள பொருள்களையும், மனித எண்ணங்களையும் விவரிக்கவும், உணர்த்தவும் சொற்கள் பயன்படுகின்றன.

சூழ்நிலைகளின் தன்மையையும், உணர்ச்சி ஆளுமை யையும் உருவாக்கும் படைப்பாளியும் சொற்களைக் கூர்மை யாகவும், தெளிவாகவும் பயன்படுத்துவான்.

ஆங்கிலச் சொற்கள்

அறிஞர் அண்ணாவின் ஆங்கில அறிவு அவருடைய படைப்புகளிலும் வெளிப்படுகின்றது. அதிகமான ஆங்கிலச் சொற்கள் ஆய்வுக்காக எடுத்துக் கொண்டு நாடகங்களில் பயன்படுத்தப்பட்டுள்ளதைக் காணமுடிகின்றது.

காலேஜ், சிகரெட், ரிஜிஸ்டர், ரிகார்டு, டாக்டர், பேப்பர், ரேடியோ, ஆபிஸ் (கலப்புமணம்).

வின், பிளேசு, ஒயில், சார், ரேஸிலே, ரேஸ்கோர்சிலே, டீ ஷாப், ரவுண்டு, செலக்ஷன், பிளடிபூல், எக்ஸ்கியூஸ் மீ லேடி, கான்ஸ்டேபிள்கள், கேஸ்கட்டை, டாக்டர், போட்டோ, போலீஸ், பாங்கியிலே, கிளப்பிலே, லீவ், சார், செயிண்ட் மாஸ்டர். (ஓர் இரவு)

பார்சல், டானிக்கு, கரைக்டா, டிரஸ், அரஸ்ட், ஜெயில், இடியட், டிகிரி, காலேஜில, பேஷனில்லே, இன்கம்டாக்ஸீ, கூல்ட்டிரிங், லைட், நான்சென்ஸ், பஸ்ட்டுங்க, டைரி, பிரைவேட் செகரட்டரி, பியூட்டிபுல் நேம், டீ பார்டி, காப்பி, ரெஸ்டிங்பிளேஸ், மிஸ்டர், லேடிஸ், கிராண்ட் சக்ஸ்ஸ், ப்பளிக் பிராஸிகியூட்டர், ஜட்ஜ், பஸ்ட்கிளாஸ், சான்ஸ், செக்ரட்டரி, (வேலைக்காரி).

பிறமொழிச் சொற்கள்

மணிப்பிரவாளம் முற்றிலும் செல்வாக்கை இழக்காத தனித்தமிழ் இயக்கம் வேரூன்ற ஆரம்பித்த காலமே அண்ணாவின் காலம். எனவே அண்ணாவின் பேச்சிலும் எழுத்திலும் வடமொழிச்

சொற்களின் கலப்பினைக் காணமுடிகிறது. இங்கு தரவுகளாக எடுத்துக் கொள்ளப்பட்ட அனைத்து நாடகங்களிலும் வரும் கதாப்பாத்திரங்களும் வடமொழிச் சொற்களைப் பயன்படுத்துவதைக் காணலாம்.

ஆச்சாரம், சாஸ்திரம், ஜனங்கள், விசேஷம், சுவாரஸ்யம், ஸ்தானம், ஜம்பம், விஷயம், சௌக்கியம். - (கலப்புமணம்).

சூஷ்மம், பேஷ், வேஷ்டி, மனுஷன், ரோஷம், ஸ்தம், அலங்காரம், ஸ்திரி, அந்தஸ்து, சீமான், விஷயம், நயவஞ்சகி, சபாஷ், பைசல், ஜீரம், ஜமீன்தார், வருஷம், அபாக்கியவதி, பாவனை, ஜாடை - (ஓர் இரவு)

எஜமான், பிராணன், சொஸ்தம், பைசல், சௌக்கியம், அந்தஸ்து, சந்தோஷம், கஷ்டம், அபிஷேகம், வருதம், ஞாபகம், ஆஸ்ரமம் - (வேலைகாரி).

வழக்குச் சொற்கள்

அண்ணா தம் படைப்புகளில் வழக்குச் சொற்களைப் பெரும்பாலும் கையாண்டுள்ளார். மக்கள் மொழியில் எந்தவொரு இலக்கியம் படைக்கப்பட்டாலும் சிறப்பு வாய்ந்த்தாக அமையும் இவ்வாற்றல் சிறப்புறக் கைவரப் பெற்றதை அண்ணாவின் உரைநடைகளில் காணலாம்.

படிக்காத பாமர மக்களுக்கும் தான் சொல்ல வந்த கருத்து சென்று சேர வேண்டும் என்பதற்காகவும், பாத்திரப் படைப்பை வெளிக்கொணர்வதற்கும் அண்ணா தம் நாடகங்களில் பேச்சு வழக்குச் சொற்களை பயன்படுத்தியுள்ளார்.

குடிமுழுகி, கிள்ளுக்கீரையோ, சனியனை, நாசமாப்போக, மடப்பய, தறுதலை, தடிப்பய - (கலப்புமணம்).

வேணாம், அப்பாலே, ரெண்டணா, ஏண்டி, தின்னேன், விடுவயா, நாத்தமா, அப்பாணையா, போடி, ஒத்தே, போவுது, ஒசத்தி, சரக்கு, உம்மை, வெச்சனே,போட்டே, இரய்யா, பேரு, சும்மாங்காசு, கொடுப்பே, அன்யாயம், தர்ரேன், ரூவா, அம்மாவுதா, வர்றேன், செச்சே - (ஓர் இரவு)

இவங்களா, தச்சு, நேத்தி, சொந்தமா, படிச்சாச்சே, கசக்கிட்டு, போயிட்டானுங்களே, ஒன்னுமில்லீங்களே, வாரேனுங்க, புள்ளே, இல்லீங்களா, என்னாங்க, வர்ரவுங்க, ஏச்சிப்புட்டேன், மென்னிப்பிடி, கேட்கலைங்க, வாங்கிடனுங்க. - (வேலைக்காரி)

அடுக்குச்சொற்கள்

அடுக்குத்தொடர் என்ற அமைப்பு பழங்காலந் தொட்டே இருந்து வருகிறது. வந்த சொல்லே இருமுறை இடம் பெறும். அடுக்குத் தொடர் செய்யுளுக்கு ஓசை நயத்தை ஊட்டவும் கூறுகின்ற கருத்தை வலுவூட்டவும் பயன்படுத்தப்படும்.

அண்ணா அடுக்கு மொழிகளை அதிகம் பயன் படுத்தியுள்ளார். "அடுக்கு மொழிக்கு அறிஞர் அண்ணா" என்று வியந்து பாராட்டும் அளவுக்கு அவர் அடுக்குத் தொடர்களைப் பயன்படுத்தியுள்ளார். எனவே "அடுக்கு மொழி அறிஞர்" என்று போற்றப்பட்டார்.

ஒரே சொல் இருமுறை அடுக்கி வருவது. இது நான்கு சொற்கள் வரையிலும் அடுக்கி வரும், ஆனால் ஒரு சொல்லாக இருக்காது. தனித்தனி சொல்லாக அடுக்கி 2, 3, 4 முறை வரை அடுக்கி வரும் பிரித்தால் தனித்தனியே நின்று பொருள் தரும். அச்சம், வரைவு, அவலம், உவகை, வெகுளி என்னும் உணர்வுகளை வெளிப்படுத்தும் வகையில் அடுக்கி வரும்.

எரிஞ்சி எரிஞ்சி, வாட்டி வாட்டி, கத்தியும் கையுமாக, வாங்க வாங்க, போகுது போகுது, மேலே மேலே, வளைந்து வளைந்து, விழுந்து விழுந்து, குடிச்சி கூத்தாடி -(வேலைக்காரி)

ஆவட்டும் ஆவட்டும், பலி பலி, வரட்டும் வரட்டும், அவங்க அவங்க, ஜோடி ஜோடி, கேளுங்க கேளுங்க, மாரி மாரி, பொடிப்பொடியாய், நாசமாகட்டும் நாசமாகட்டும், அம்மா அம்மா, சேகர் சேகர், சுற்றிச்சுற்றி, புரண்டு புரண்டு, அடி அடிண்ணு, பஞ்சு பஞ்சாக, இருக்கும் இருக்கும், மோசக்காரா, கொள்ளைக்காரா, இல்லையா இல்லையா இல்லே - (ஓர் இரவு)

இத்தகு அடுக்குச் சொற்கள் பொருளின் செயலாற்றலையும், அக்கருத்துகளின் சிறப்பினையும் விளக்குவனவாக அமைகின்றன. சொல்ல வரும் செய்திக்கு ஓர் அழுத்தம் தருவதாகவும் உள்ளன. அதுமட்டுமல்லாமல் அழகுக்கு அழகு சேர்க்கவும் அண்ணா அடுக்குச் சொற்களை அதிகமாகக் கையாண்டுள்ளார்.

விளிச்சொற்கள்

ஒருவரைக் கூப்பிடுவதற்காகப் பயன்படுத்தப்படும் சொற்கள் விளிச்சொற்கள் ஆகும், ஆய்வுக்காக எடுத்துக் கொள்ளப்பட்ட நூல்கள் நாடகங்கள் என்பதால் அதிகமான விளிச்சொற்கள் பயன்படுத்தப்பட்டுள்ளன. பெரும்பாலான விளிச்சொற்கள் உயிர் எழுத்துக்களில் முடியும்.

டே, டாக்டர், ஏ அப்பேன், என்னா, ஏ வேதம், நாதா, சுசீலா, கண்மணி, பவானி பவானி, ஜெகவீரா, ஏண்ணா, வாயேன், கண்ணே, மணியே, கண்ணாளா, சேகர் சேகர், அம்மா சுசீலா - (ஓர் இரவு)

சீமாட்டிகளே, சீமான்களே, நண்பர்களே, டேய் சொக்கா, தோழியர்களே, தோழர்களே, ஏ புள்ளே, காளியாயி, ஆனந்தா, நீயா, பரமாந்தா, அம்மா. - (வேலைக்காரி)

உணர்ச்சிச் சொற்கள்

உடலும் உயிரும் போன்றது கருத்தும் உணர்ச்சியும் பிறர் அனுபவங்களையும், விளையும் விளைவுகளையும், இன்ப துன்பங்களையும் வெளிப்படுத்துவதற்கு உணர்ச்சிச் சொற்களைப் பயன்படுத்தியுள்ளார்.

ஆபத்தைக் குறிக்க "ஐயோ" என்ற சொல்லையும், மகிழ்வைக்குறிக்க "ஆஹா ஓஹோ" என்னும் சொற்களையும் பொதுவாகப் பயன்படுத்துவோம். அண்ணாவும் இத்தகு உணர்ச்சிச் சொற்களை தம் படைப்புகளில் கையாண்டுள்ளார்.

ஆஹா கண்ணே, ஓஹோ, ஐயோ, சாரி, பேஷ், எரிச்சலா இருக்கும்னு, அட இரய்யா, செச்சே, அட பாவமே, அடே ரத்னம், ஆ, ஐயோ கொலை, அருமை அருமை - (ஓர் இரவு)

வசவுச்சொற்கள்

அண்ணாவின் படைப்புகளில் வசவுச் சொற்கள் அதிகம் காணப்படுகின்றன. தன் இயலாமையைப் பற்றிக் கூறும் போதும், கொடுமையைக் கண்டு கூறும் போதும், பாலியல் வன்முறைக்கு உட்படுத்தும் போதும், தீயவற்றிற்குத் துணை போகும் போதும் ஏமாற்றமடைந்த போதும் வசவுச் சொற்கள் அதிகம் கையாளப்பட்டுள்ளன.

போடி, கழுதே, நாயே, ஏண்டி, மாப்பாடி, நாசமாகட்டும், மோசக்காரா, கொள்ளைக்காரா, பிச்சைக்கார கழுதே, மன்மதக்

குரங்கு, தடியர், மோசக்காரர், வஞ்சகி, மடையா, நயவஞ்சகி, படுபாவி, கொலைகாரா, முட்டாள், கழுதை, அடபாதகா, அயோக்யன், கயவன், கடுகன்.- (ஓர் இரவு)

அறிவு கெட்டவன், விடியா மூஞ்சி, எழவெடுத்து, நாசமாய், கழுதை, பைத்தியம், குடியன், வெறியன், தடியன், பித்தன், காமுகன், கபோதி - (வேலைக்காரி)

இரட்டைக் கிளவி

இரட்டைக்கிளவி என்பது சொல்லும் கருத்தில் வேகத்தையும், சுவையையும், கால உணர்வையும் புலப்படுத்த வல்லது. இரட்டைச் சொற்களாய் ஒருதன்மைப்பட்டு நின்று வினைக்கு அடைமொழியாய்க் குறிப்புப் பொருள் உணர்த்தி வருவதாகும். இது இரட்டைச் சொல்லாகவே வரும் பிரித்தால் பொருள் தராது. பொருள் இல்லாத ஒரே சொல் இருமுறை அடுக்கி இரட்டைச் சொற்களாக வரும். ஒலிக்குறிப்பு, நிறம் முதலான காரணங்களால் இரண்டு இரண்டாகவரும்.

கலகலவென, திகுதிகு, முணுமுணு, ஜிலுஜிலு, பேந்தபேந்த, தகதகப்பு, - (கன்னி விதவையான கதை)

சளசளன்னு, துடிதுடி, வளவளன்னு, லொள்லொள்ன்னு - (வேலைக்காரி)

இரட்டை கிளவியில் இரட்டித்து வரும் மொழி வடிவங்களை ஒலிக்குறிப்புச் சொற்கள் எனலாம். கறு, சள, மொறு என்பவற்றை ஒலிக்குறிப்புச் சொற்கள் எனலாம். ஒலிக் குறிப்புச் சொற்கள் தொடர்ந்து வரும்போது இரட்டைக்கிளவி என்று அழைக்கப் படுகின்றன.

பளார் என்று அறைந்தாள்

பளார் பளார் என்று அறைந்தாள்

பளார் என்ற சொல் வடிவம் ஒலிக் குறிப்புச்சொல், இரட்டைக்கிளவி பளார் பளார் என்று இரண்டாக வந்துள்ளது. ஒலிக்குறிப்புச் சொல்லால் குறிக்கப்படும் செயல் ஒருமுறை நிகழ்ந்த்தாக இருக்கும். இரட்டைக்கிளவியால் குறிக்கப்படும் செயல் ஒன்றுக்கு மேற்பட்ட முறை நிகழ்ந்ததாக இருக்கும். ஒலிக்குறிப்பு, இரட்டைக் கிளவி இரண்டும் செயலைக் குறிக்கின்றன என்பதைவிட செயல் எவ்வாறு நிகழ்ந்தது என்பதைக் குறிக்கின்றன எனலாம்.

இலக்கியச்சொற்கள்

அண்ணா ஒரு பல்துறை வித்தகர். இலக்கியங்களில் ஆழ்ந்த புலமை பெற்றவர். எனவே அவர்தம் நாடகங்களில் இலக்கியச் சொற்களையும் பயன்படுத்தியுள்ளார்.

நாதா, சந்திரன், கமலம், பத்மம், காந்தர்வம், குருபத்தன், மந்தி, தூது, கதிரவன், களிப்படை, மாண்டு, அகழி- (ஓர் இரவு).

முரண் சொற்கள்

முரண் சொற்கள் என்பது கருத்தினை எளிதாகப் புரிந்து கொள்ள உதவுகின்ற வகையில் எடுத்தாளப் பெற்றுள்ளன. மக்களிடம் காணப்படும் மூட நம்பிக்கைகளைச் சாடுவதற்காகவும் இச்சொற்கள் பயன்பட்டுள்ளன என்பதில் ஐயமில்லை.

மேலேயும் கீழேயும், கட்டையும் சட்டையும், இரவும் பகலும், தர்மம் கர்மம், சூதும் சூழ்ச்சியும், மரமும் மண்ணாங்கட்டியும், கருப்பும் சிகப்பும், பாட்டும் கூத்தும்

எதிரொலிச் சொற்கள்

சொற்களின் எதிரொலிகள் சொற்களாக அமைந்து இனமான பொருள் உணர்த்தல் உண்டு. இதனை எதிரொலிச் சொற்கள் எனலாம்.

கடை கண்ணி, பணம் கிணம், வலை கிலை, பொட்டு கிட்டு, வலை கிலை, காளி-கீளி, மூளை கீளை, டச்சு கிச்சு, லொள் லொள்ன்னு, சள சள

மொழியின் இன்றியமையாத கூறு சொல்லாகும் சொற்களால் ஆனது மொழி. சொல் தேர்வு தான் ஓர் படைப்பின் வெற்றியை நிர்ணையிக்கிறது. பல்வேறு வகைப்பட்ட சொற்களை இடத்திற்கேற்றவாறு அண்ணா தம் படைப்புகளில் பயன்படுத்தியுள்ளார் என்பதற்கு மேற்கூறிய எடுத்துகாட்டுகள் வலு சேர்க்கும்.

தொடர்கள்

பொருளைத் தெளிவாகவும் முழுமையாகவும் எடுத்துரைக்கச் சொற்கள் தேவைப்படுகின்றன. பெயர், வினை, பெயரடை, வினையடை, செயலிகள் என்று சொல்வகைகள் தத்தமக்குரிய பங்கினைப் பெற்றுத் தத்தம் பணியை நிறைவு செயல் கருத்தினைத் தெளிவாக உணர முடியும். எனவே அனைத்துச் சொற்களும் அவற்றின் ஆற்றலை நன்கு வெளிப்படுத்தத் தொடர்கள் வாய்ப்பாக அமைகின்றது.

கருத்து வெளிப்பாட்டில் எடுத்தாளும் பங்கு கொள்கின்றன. ஆனால் தொடராக வரும் போது தான் கருத்து சிறப்பாகவும் முழுமையாகவும் வெளிப்படுகின்றது. ஆகையால் கருத்து வெளிப்பாட்டில் முழுமையாகவும் முதன்மையாகவும் பங்கு கொள்வன சொற்றொடர்களே எனில் மிகையாகாது.

கருத்து வெளிப்பாட்டில் முதலிடம் பெறுவதாலும், பொருளை விளக்குவதில் நேர்முகத் தொடர்பினைப் பெற்றிருப்ப தாலும் "சொற்றொடர்" அல்லது "வாக்கியம்" மொழி நடையிலும் இன்றியமையாத இடத்தைப் பெறுகின்றது. வாக்கியங்களை முறையாகப் பயன்படுத்தினால் இயல்பாகவே சொற்களும் எழுத்துகளும் செம்மையாக பயன்படுத்தப் படுகின்ற நிலை தானே உருவாகும்.

சொற்கள் ஒன்றோடொன்றைத் தொடர்ந்து நின்று கருத்தை நுட்பமாகப் புரிய வைப்பதற்குப் படைப்பாளர் பல்வேறு உத்தி முறைகளைக் கையாள்வர். ஒலிநடையியலில் நினை வாற்றலுக்குத் துணையாக எதுகை மோனை போன்ற உத்திகள் எவ்வாறு பயன்படுகின்றனவோ அவ்வாறே தொடர் நிலையிலும் சில தொடர்கள் திரும்பத் திரும்பக் கையாளப் பெற்றுக் கருத்தைப் படிப்போர் மனத்தே பதிய வைக்கின்றன. கருத்துகள் செம்மையாக உணர்த்தப்பட வேண்டுமெனின், அவை பொருள் பொதிந்தும் நயமுடனும் விளக்க வேண்டும். நுட்பம் (Accuracy), எளிமை (Easy), நயம் (Grace), ஆகிய மூன்றும் நல்ல நடையின் இயல்புகள் என்பர் (Alan Warner, A short Guide to English style, p.6) இ.சுந்தரமூர்த்தி.1994:49.

அடுக்குத் தொடர்

அண்ணாவின் படைப்புகளில் அடுக்குத் தொடர்கள் மிகுந்து காணப்படுகின்றன. இரண்டு அல்லது மூன்று முறை ஒரே சொல் அடுக்கி வருவது அடுக்கி வருவதும் ஓசை நயத்துடன் ஒன்றிய சொற்கள் பல அடுக்கி வருவதும் அடுக்குத் தொடர் எனப்படும். இதனைப் பிரித்தாலும் பொருள் தரும்.

"கேளுங்க கேளுங்க, மாமாவுக்கு நல்லநல்ல கதை
தெரியும்" (ஓ.இ. 22)

"சேகர் சேகர் என் நிலையைப் பார் பலி பலி உலகிலே
கேட்டிராத பலி" (ஓ.இ. 36)

"என் மாமன், காமுகன், கயவன், பிடிவாதம்
செய்கிறான்" (ஓ.இ. 41)

"நான் இன்று நடமாடும் நாசம், சரசமாடும் சனியன்
வலைவீசும் வனிதை" (ஓ.இ. 51)

"அழு புரண்டு புரண்டு அழு, ஓலமிடு" (ஓ.இ. 53)

"சந்தேகம், சஞ்சலம், சங்கடம், சதி, சோகம் யாவும்
பஞ்சு பஞ்சாக பறந்தே போய்விட்டதே" (ஓ.இ. 103)

"காமம், குடி, களவு, கொலை, கலகம் யாவும் இரண்டு
உலகிலேயும் உண்டு" (ஓ.இ. 96)

"உயிரும் உடலும் மலரும் மணமும் நரம்பும் நாதமும்
என்று அன்று சொன்னீர்" (ஓ.இ. 49)

"ஆடம்பரம், ஆடல், பாடல், விருந்து, வேடிக்கை
இவைகளுக்கு நான் ஒரு பதுமை" (வே. 44)

"குடிகாரன், சூதாடி, கூத்திக் கள்ளன்"(வே. 51)

"ஆம் உயிரே, கண்ணே, கண்மண்ணியே, கட்டிக்
கரும்பே, கற்பகமே, கனிரசமே என்று கூடத்தான்
சொன்னேன்." (வே. 52)

"குடியன், வெறியன், தடியன், பித்தன், பேடி, காமுகன்,
கபோதி என்று பல தபங்களுண்டு."(வே. 56)

"போகுது போகுது என்றுவிட்டா
மேலே மேலே போறியே" (வே. 23)

"வேஷ மளியாத வேதாந்தி
மோடி செய்யாத மாது
ஜோடி இல்லாத மாடப்புறா
சேடி செய்யாத மாது
ஜோடி இல்லாத இராஜகுமாரி"   (வே. 8)
"பாலும் பழமும் தேனும் தினைமாவும் என்பது போல"
(வே. 54)
"கடன் கொடுத்தாராம்
கஷ்டப் படுத்தினாராம்
வீடுவாசல்களை ஏலத்தில் எடுத்தாராம்
வாங்கிய கடனுக்காக ஏசினாராம்"   (வே. 12)

இவ்வாறாக அண்ணா அடுக்குத் தொடர்களைப் பயன்படுத்தியுள்ளார்.

எச்சத் தொடர்

வினையெச்சம் வாக்கியத்தில் வினைக்கு முன்னர் வரும். இந்தப் பொது விதி மீறப்படும் போது இலக்கியச் சுவை குன்றும். ஆனால் அண்ணாவின் மொழிநடையில் எச்சத் தொடர்களின் பயன்பாட்டால் இலக்கியச் சுவை கூடுகின்றது.

"நம்முடைய மாளிகையில் வசந்த மண்டபம்ஒன்றுகட்டி,
ஜலக்கிரீடைகளுக்கு ஒரு தடாகம் கட்டி
அந்த மணம் கம்மென்று வீச"   (வே. 60)
"காதினிலே குண்டலம் ஆட,
கனத்த சரீரம் பாட,
காய்ச்சிய பால் தொண்டையில் ஓட,
கண்கள் கதியற்றுக் கன்னியரை நாட"

94 அண்ணாவின் மொழி ஆளுமை

இவ்வாறாக வினையெச்சங்களை வாக்கியத்தின் இறுதியில் படைத்து மொழியை மெருகூட்டியுள்ளார்.

எச்சவினைகளை அடுக்கி நீண்ட தொடர்களை அமைக்கும் பாணியும் அண்ணாவின் படைப்புகளில் காண முடிகின்றது.

"கன்னம் வைப்பது, கதவை உடைப்பது, காதை
அறுப்பது இதுமட்டும் தான் தெரியுமா?" (ஓ.இ. 39)

"காலம் கடத்திவந்தால், சாகசம் செய்தால்,
ஜெகவீரனை ஏமாற்ற நினைத்தால், சுசீலா"(ஓ.இ. 35)

"விளையாடியது டாக்டரிடம், வருவது தலைவலியா"
(ஓ.இ. 28)

"அவர் கோபத்தோடு அந்த வார்த்தையைச்
சொன்னால், கோல் கொண்டு தாக்கினால்" (ஓ.இ.36)

"என்னைப் பார்க்க, பேச அவன் வரப்போகிறான்."
(ஓ.இ. 42)

வினாத் தொடர்

அண்ணாவின் படைப்புகளில் எண்ணங்களின் தொடர் ஓட்டமாக வினாக்கள் தொடர்ந்து அடுக்கி வரும் பாங்கினையும் காணலாம்.

"பணமா ஏண்டாப்பா பணம்?" (ஓ.இ. 79)

"கொலையா? என் கண்மணியையா? சுசீலாவையா?
எங்கே சுசீலா?" (ஓ.இ. 84)

"என்ன? என்ன? ஆபத்து இல்லையா? வாழ்வு
இருக்கிறதா? எனக்கா?" (ஓ.இ.103)

"நானா உதவியா? என்ன உதவி?" (ஓ.இ.40)

"ஏன்? இங்கு என்னவாம்?" (ஓ.இ.17)

"தர்க்கம் நடந்ததா? என்னா முடிவுக்கு வந்தீங்க" (ஓ.இ.18)

"ஏன் சார்? எங்கே திருடினான்?" (ஓ.இ.19)

"தூக்கு மேடையா ஏன்?" (ஓ.இ.31)

"இன்னிக்கு மட்டும் நிலா அழகா இல்லையா?"

(ஓ.இ. 14)

"எங்கேம்மா போனாரு அப்பா? ஏம்மா இன்னும் வரலே?"

(ஓ.இ. 15)

"அது சாபமாம் ஐயோ அது என்ன சாபம்?"

(ஓ.இ. 33)

"என்ன? என்ன? ஆபத்து இல்லையா? வாழ்வு இருக்கிறதா? எனக்கா?" (ஓ.இ.33)

"யாரப்பா நீ? கண்ணா தெரியவில்லை? அடே, நீ சுந்தரம் பிள்ளை மகன் ஆனந்தனில்லே?" (வே.9)

"இறந்து போன உன் தந்தை பிழைத்துவிடுவாரா? ஊரார் உன்னைச் சும்மா விடுவார்களா? அல்லது நீ ஒரு நல்ல காரியத்தைச் செய்துவிட்டாய் என்று போலீஸ்காரர்கள் உனக்கு மெடல் கொடுப்பார்களா?" (வே.15)

"ஆனந்தா, உன் தகப்பனாரை அவன் எப்படிக் கொன்றான்? தடியால் அடித்தானா? கத்தியால் குத்தினானா? தற்கொலையைத் தவிர வேறு வழியில்லாமல் செய்தான்." (வே.15)

"இது முறையா? சரியா? நாமும் ஏற்றுக் கொள்ளத்தான் வேண்டுமா?" (வே.42)

"வயசு ஆயிட்டதாமா? யாருக்குதான் வயசு ஆகாம இருக்காம்? ஏன், இவ மட்டும் என்னிக்கும் இப்படியே இருக்கப் போறாளாமா? மாப்பிள்ளைக்கு என்ன வயசு இருக்கும்? 60-க்கு மேலிருக்குமில்லே?" (வே.18)

"பக்தா? நீயா இப்படிப் பேசுகிறாய் என்று கேட்கிறாயா நீ? ஊரைக் கெடுப்பவன் உன்னை பூஜித்தால் அவனை ரஷீப்பதா? உனக்கு நீதியின் லக்ஷணமே தெரியாதா? நீதிக்கும் நேர்மைக்கும் உனக்கு நெடுநாள் பகையா? உனக்கு தர்ம தேவதை என்ற பெயர் தகுமா? என் பூஜையை ஏன் ஏற்றுக் கொண்டாய்? ஏற்ற பின் திக்கற்ற என்னை ஏன் தவிக்கச் செய்தாய்? உனக்கு அடிமையாக இருந்து உழைத்தற்குப் பலந்தான் என்ன? என் உழைப்பை உண்டு கொழுத்தாயே? உனக்கு கருணை இல்லையா? நெஞ்சில் ஈரமில்லையா? என்று கேட்பேனல்லவா? நீ செய்தது நியாயமா? ஏன் பேசாமல் இருக்கிறாய்? எங்கே என் கேள்விக்குப் பதில்?" (வே.33)

"சரித்திரம்ா எந்த ஊர் ராஜா? எத்தனை ராணிமார்?" (வே.35)

வினாவிடைத் தொடர்

வினாவிடை தொடரமைப்பு எண்ணங்களைச் சிதற விடாமல் ஒருமுகப்படுத்துவதுடன் வினா கேட்போரின் உள்ளத்தையும் விடையளிப்போரின் உள்ளத்தையும் இணைக்கும் பாலமாக அமைகிறது.

"மணி செளக்கியமா?
செளக்கியமாய் இருக்கிறேன்." (வே.9)

"பெயரென்ன?
ரவா லட்டு
அந்த பெண்ணோட பெயரு
குப்பி" (வே.49)

"யார் பேசுவது?

சேகரன்

சேகரனா? சரி இங்கே வரச் சொல்லுங்கள்

யாரை?

அவனைத்தான்" (ஓ.இ.45)

"அப்பா, என்னை இப்படி நிற்கதியாய் விடலாமா?

நான் என்னம்மா செய்யறது? எல்லாம்

விதிப்படி நடக்கட்டும்" (வே.69)

"யாரை?

மூர்த்தியை

அப்போது குரு மாண்டு போய்விட்டாரா?

ஆம். மூர்த்தியை அப்போது பக்கத்திலேயேஇருந்தான்

குருவின் கழுத்தை மூர்த்தி நெறித்ததைப் பார்த்தீரா?

ஆம். பார்த்தேன்" (வே.80)

"அலறிக் கொண்டு அவசரமாக உள்ளே ஓடினீர்?

ஆம்.

நீரும் அவர்களோடு ஓடி வந்தீரா?

இல்லை...... சற்று பொறுத்து வந்தேன்." (வே.81)

"மிச்சம்

மிச்சம் இருக்குது

எங்கே

இருக்குதுன்னா விடுவயா

எங்கேன்னு சொல்லேன்?

முடியாது போடி." (ஓ.இ.26)

விளித்தொடர்

பொதுவாக ஒரு கருத்தினை நேரடியாகச் சொல்ல விரும்பும் போது விளித் தொடரமைப்பு பயன்பாடு உடையதாக அமைகிறது. கூறவரும் கடுத்தினைக் கேட்போரது கவனத்தை ஈர்ப்பதற்கு ஏற்ப விளித்தொடரமைப்பு அமைவது மட்டுமல்லாது கருத்தை முழுமையாக கேட்போரிடம் சேர்க்கவும் செய்கிறது.

"அம்மா கண்ணு கண்ணு" (ஓ.இ.18)
"சேகர் சேகர் என் நிலையைப் பார்" (ஓ.இ.36)
"ஆனால் சேகர் ஐய்யோ சேகர்" (ஓ.இ.37)
"அட என் மதக் குரங்கே" (ஓ.இ.88)
"ஏ வேதம்" (ஓ.இ.88)
"ஏண்ணேன்
டே ஆறுமுகம்" (ஓ.இ.93)
"வேதம் வா வேதம்" (ஓ.இ.93)
"அன்பே ஆருயிரே" (ஓ.இ.103)
"கண்ணே சுசீலா" (ஓ.இ.103)
"கண்ணாளா" (ஓ.இ.103)
"டேய் சொக்கா" (வே.8)
"இந்தாடி அமிர்தம்" (வே.14)
டேய்....... டேய்..... யாரையடா" (வே.68)
"ஏய்....., யாரடி" (வே.71)

அடை ஈற்றுத் தொடர்

அடைமொழிக்கும் அடுக்கு மொழிக்கும் கூறவந்த கருத்தைவிட வலிவுற்று நிற்கும் பயனிலையை முன்னிறுத்தி எழுவாயை அதன்பின் அமைந்த மொழிநடைப் பாங்கினை அண்ணாவின் நடையின் தனிக்கூறு எனலாம்.

"உட்கார் இப்படி" (ஒ.இ.46)
"பார்த்திருக்கிறேன் பவானியை" (ஒ.இ.55)
"எங்கே போறீங்க இந்த நேரத்திலே"(ஒ.இ.56)
"என்னமோ விசேஷமாம் அரமனையிலே"(ஒ.இ.62)
"சொன்னானா உண்மையை" (ஒ.இ.104)
"காதலனாக நடிக்கச் சொன்னாயேஅந்தக்கள்ளனை"
(ஒ.இ.104)
"எப்போதும் விளையாட்டுத் தான், குழந்தைப் போல"
(ஒ.இ.14)
"அலைகிறார் அவள் கூடச் சேர்ந்து கொண்டு"
(ஒ.இ.15)
"என்னை நான் தியாகம் செய்கிறேன் என்னைப் பெற்றவருக்காக" (ஒ.இ.37)
"படி, முதல்பக்கத்தை" (வே.45)
"பார்க்கச் சொல்லடி உங்க அப்பனை" (வே.48)
"காண்பிக்கிறேன், அந்தக்காட்சியை ஒருநாளைக்கு"
(வே.59)

ஏவல் தொடர்

தன் முன்னிற்பவரைக் குறிப்பிட்ட செயலைச் செய்யும்படி அல்லது செய்ய வேண்டாம் என அறிவுறுத்தும் வகையில் ஏவல் தொடர்கள் அமைந்துள்ளது.

"வாயைத் திறக்காதே
என் ஆத்திரத்தை கிளப்பாதே
என் முன் நில்லாதே" (ஒ.இ.54)

"என்னிடம் பேசாதே
நில்லாதே
எழுந்து நட" (ஓ.இ.54)
"பழி தேடிக் கொள்ளாதீர்
என்னை மேலும் நாசம் செய்யாதீர்"(ஓ.இ.56)
"மருந்து கொடு
கதவைத் தாள் போட்டுகிட்டு படுத்துக்கோ
கஞ்சி போட்டுக்கோ
நீயும் சமைச்சிச் சாப்பிடு" (ஓ.இ.62)
"அசையாதே" (ஓ.இ.38)
"நில் போகாதே" (ஓ.இ.37)

மோனைத் தொடர்

ஒரு தொடரில் உள்ள சொற்களின் முதல் எழுத்து ஒன்றிடத் தொடுப்பதே மோனைத் தொடர்.

"பணக்காரரை எல்லாம் பார்த்துப் பரிகாசம் பண்ணிகிட்டு அல்லவா நிலா இருக்குது." (ஓ.இ. 25)

"அந்த அழகல்லவா அழைத்துக்கொண்டு வந்தது? அவருக்கு நான் அர்ப்பணித்துவிட்ட பொருள் அல்லவா இந்த அழகு." (ஓ.இ. 33)

"தராவிட்டால் தனக்கு மரண தண்டனை தருவார்களாம்." (ஓ.இ. 33)

"கதிரவனைக் கண்டதும் கமலம் களிப்படைகிறதல்லவா?" (ஓ.இ. 20)

"என் கருத்திலே கலந்த கண்ணாளா உன்னை நான் இழக்கத்தான் வேண்டுமா?" (ஓ.இ. 37)

"உனக்கு உயிர்மீது இன்னும் ஆசை இருக்கிறது. எனக்கு அந்த ஆசை இல்லை. ஆகவே அச்சமும் இல்லை." (ஓ.இ. 38)

"போடுவாரு, போடுவாரு ஏன் போடமாட்டாரு..... போடா போக்கத்தவனே் நடடா வீட்டுக்கு மடையா." (வே.60)

எதுகைத் தொடர்

தொடரில் உள்ள சொற்களின் இரண்டாம் எழுத்து ஒன்றிடத் தொடுப்பது எதுகைத் தொடராகும்.

"அழகாம் அழகு, ஆயிரம் அழகிகள் என் அடிவருடக் காத்துக் கொண்டிருக்கிறார்கள்" (ஓ.இ. 29)

"அகராதி..... அகராதீன்னு திட்டறீங்களே..... அது என்னான்னு அகராதியை புறட்டரேன் சார்." (வேலைக்காரி)

"படம் படம் படமென்று படமெடுத்தாடும் நாகப்பாம்பைப் போல் ஆடிகிறான் ஜெயவீரபாண்டியன்." (வேலைக்காரி)

"ஒரே வெட்டா வெட்டிப் போட்டுட்டு வர்றேன்." (வே.64)

இயைபுத் தொடர்

மொழியில் ஒலிநயத்தைக் கூட்டுவதற்காக அண்ணா தம் படைப்புகளில் இயைபு தொடர்களையும் அதிகம் பயன்படுத்தியுள்ளார்.

"கடன் கொடுத்தாராம் கஷ்டப் படுத்தினாராம் வீடு வாசல்களை ஏலத்தில் எடுத்தாராம் பத்தாக் குறைக்கு, வாங்கிய கடனுக்காக ஏசினாராம் மானத்துக்குப் பயந்து மரக்கிளையில் பிணமானார்." (வே. 12)

"அது நல்ல லட்சணமா? குணமா? மனமா?" (வே.22)

"சொக்கா நல்ல மருமகன் வந்து சேர்ந்தான். பணமும் போகுது மானமும் போகுது நாம வாழ்ந்த வாழ்வும் போகுது."

(வே.58)

"ஏய்...... யாரடி? திருட்டுக் கழுதை இறங்கடி கழுதை..."

(வே.71)

"என் கால் வலிக்க உன் கோவிலைச் சுற்றினேன்.

என் வாய் வலிக்க உன் நாமத்தைப் பூஜித்தேன்.

மாதாவே, மாகாளி, மகேஸ்வரி, லோகநாயகி என்று உன்னை பக்தியோடு வேண்டினேன்.

வாழ வகையின்றித் திகைத்தேன், கடன் பட்டேன், கல்லுடைத்தேன், மூட்டை சுமந்தேன், வண்டி இழுத்தேன்.

நான் பாடுபட்ட பணத்தை என் சுகவாழ்விற்கா செலவிட்டேன்? இல்லை சூடம் வாங்கினேன், மாலையிட்டேன் உனக்குப் படையல் படைத்தேன்." (வே.32)

"அவள் அதற்கு முன் கேட்டறியாத்தெல்லாம் பேசினாய் கண்ணீரைத் துடைத்தாய். கூந்தலைக் கோதினாய், கோமளமே என்று கொஞ்சினாய்." (ஓ.இ. 50)

"உங்களைப் போன்ற வஞ்சகர்கள் வதைத்ததால் அன்பரே என்னைக் கைவிடாதீர் மயக்கமொழி பேசி என் மனதைக் கெடுத்துவிட்டு, என்னை மண்ணில் புரளும்படி விட்டுவிட்டுப் போகாதீர். உமது மாளிகையிலே வேண்டாம். ஒரு மாட்டுக் கொட்டகையில் இடம் கொடும். என்னை மட்டும் ஏற்றுக் கொள்ளும். மேலும் மேலும் பழி தேடிக்கொள்ளாதீர். நான் நம்பி மோசம் போனேன். என்னை மேலும் நாசம் செய்யாதீர்." (ஓ.இ. 50)

"பங்களா இல்லை மாடி இல்லை வராண்டா இல்லை தோட்டமில்லை" (வே.71)

"காளியின் அருள்? மோசக்காரனுக்காக அருள்? அதற்குப் பூஜை? பாவி நடத்தும் பூஜை பஞ்சமாபாதகன் நடத்தும் பூஜை வஞ்சகன் நடத்தும் பூஜை......" (வே.31)

முரண் தொடர்

முரண் சொற்களைப் போலவே முரண் தொடர்களும் அண்ணாவின் படைப்புகளில் அதிகம் காணப்படுகின்றன.

"நடமாடும் நாசம் சரசமாடும் சனியன் வலை வீசும் வனிதை" (ஓ.இ. 51)

"இதற்கு இணங்காவிட்டால் இழிவும் பழியும் உமது பிணத்துக்கு ஆலவட்டமாக இருக்கும்"(ஓ.இ. 32)

"ஆமாம் என்னை மண அறைக்கு அழைக்க வந்தவனை பிணமாக்குகிறேன்" (ஓ.இ. 33)

"வாழ்வின் நீதி வாழ்வின் நீதி அந்த வஞ்சகனின் சதிக்கு இரையாகிறேன்." (ஓ.இ. 37)

"நீ சுட்டாலும் சாவேன், சுடாவிட்டாலும் சாவேன்."

(ஓ.இ. 38)

"உன்னைப் பார்த்தால் எனக்குப் பரிதாபமாக இருக்குறது பயமாகவும் இருக்கிறது." (ஓ.இ. 39)

"தர்மம், கர்மம் எல்லாம் தலை முழுகி நெடுநாளாகி விட்டது." (வே.15)

"சூதும் சூழ்ச்சியும் நிறைந்த இந்த உலகத்திலே சிக்கிச் சிதைந்து, நான் கற்ற பாடங்களை நீயும் கற்றிருந்தால், இந்த மாதிரி கத்தியும் கையுமாகத் திரியமாட்டாய்." (வே.14)

நீண்ட தொடர்

அண்ணாவின் படைப்புகளில் மிக நீண்ட தொடர்களையும் காணமுடிகின்றது.

"அந்தப் படம், நான் கொலை செய்தவன் என்பதை, சொந்த மனைவியைக் கொன்றவன் என்பதை, சுசீலாவின் தாயைக் கொன்றவன் என்பதை, உலகுக்குக் காட்டக்கூடிய படம், என்னைத் தூக்கு மேடைக்கு அனுப்பக் கூடிய படம், எங்கெங்கு நான் மதிக்கப்படுகிறேனோ அங்கெல்லாம் என்னைப் பற்றிக் கேவலப் படுத்தக் கூடிய படம், சுசீலாவையே என்னை வெறுக்கும் படி செய்யக் கூடிய படம், என் மானத்தைப் போக்கக் கூடிய படம், குடும்பக் கௌரவத்தைக் குலைக்கக் கூடிய படம்" (ஓர் இரவு)

அண்ணாவின் படைப்புகளில் என்றும் மக்கள் மனதில் நிலைத்து நிற்பவையாக பின் வரும் தொடர்களைக் கூறலாம்.

இப்படைத் தோற்கின் எப்படை வெல்லும்

கடமை, கண்ணியம் கட்டுப்பாடு

தம்பியுடையான் படைக்கஞ்சான்

மக்கள் தீர்ப்பே மகேசன் தீர்ப்பு

மாற்றான் தோட்டத்து மல்லிகைக்கும் மணம் உண்டு.

உத்திகள்

உத்தி என்னும் சொல் தொல்காப்பியர் காலம் முதலே ஆளப்பட்டு வந்துள்ளது. உத்தி பற்றிய எண்ணமும் பொருளும் காலப் பழமையுடைய ஒன்றாகும். ஒரு கலைஞன் தன் துறையின் செவ்விய வெளியீட்டிற்குப் பயன்கொள்ளும் ஆற்றலும் ஆக்க முறையும் உத்தி எனப்படுகிறது. மேலும் படைப்பாளனின் தனித்தன்மைக்கு ஏற்பவும், படைப்பாற்றலுக்கு ஏற்பவும் உத்திகள்

உருவாகியும் பெருகியும் அமைவதனால் உத்தி சார்ந்த பயன்பாடுகள் ஒரு குறிப்பிட்ட வரையறைக்கு அப்பாற்பட்டு நீண்டு கொண்டே செல்கின்றன.

உருவகம்

"பொருளே உவமம் செய்தனர் மொழியிலும்
மருளறு சிரப்பின.:.துவம மாகும்" (தொல். பொருள்.280)

என்று தொல்காப்பியம் உருவகத்தையும் உவமையின் வேறுபாடாகக் காட்டுகிறது. உருவகங்கள் ஒரு பொருளை மிகச் சிறப்பாக வாசிக்கும் தொடர்கள் உருவகம் உவமைத் தொடரோடு மிக நெருங்கிய தொடர்புடையது. மேலைநாட்டு நடையியல் அறிஞர் ரிட்லே "உருவகம் என்பது அடக்கிச் செறித்த உவமையே" என்று கூறுகிறார். உவமை சுருங்கி, அடங்கி உருவகமாக அமையும்போது புதிய தாக்கமும் இனிமையும் தோன்றுகிறது. இதனால்தான் அரிஸ்டாட்டில், "பிற அணிகளில் காணமுடியாத நடைச்சிறப்பு, தெளிவு, அழகு ஆகியவற்றைக் கொண்டு உருவகம் படைப்பை அழகுபடுத்துகிறது" என்று கூறுகிறார்.

"கவலைப்படாதே இந்த உள்ளம் அனல் போன்றது."
(வே.47)

"சாபம் வந்து உன்னைச் அர்ப்பமாகக் கடிக்கப் போவுதா? பத்து நாளைக்குச் சனீஸ்வரன் கோவிலுக்கு விளக்கு ஏத்தினாப் போவுது சாபமெல்லாம்." (ஓ.இ. 91)

உவமை

அண்ணாவின் படைப்புகளில் உவமைகளை நடை உத்தியாகப் பயன்படுத்தியுள்ளார். எனவே அவரை "உவமை வங்கி" எனச் சொல்வாரும் உண்டு.

உவமை என்பது தெரிவிக்க விரும்பும் பொருளை நன்கு தெரிந்த பிற பொருளோடு போல, புரைய, மான, அன்ன, இன்ன போன்ற இணைப்புச் சொற்களால் ஒப்பிட்டு விளக்குவதே உவமையாகும். உவமை தக்க ஒப்புமை கொண்டு ஒரு பொருளை உணர்த்துவதாகும். உவமை படைப்பாளியின் அனுபவப் பொருளாகும். அவன் ஏற்கனவே கண்டு வைத்த பொருளைப் புதிதாகக் காணும் பொருளோடு பொருத்தி வைத்து அப்பொருளின் உயர்வு தாழ்வுகளை அளந்து அறிவிப்பதாகும்.

கருத்தை தெளிவுபடக் கூறவும் விளங்க வைக்கவும் உவமை தேவைப்படுகின்றது.

ஓர் இரவு நாடகத்தில் சுசீலா என்னும் பாத்திரத்தின் மூலம் தன் வீட்டிற்குத் திருட வந்தவனைத் தன்னைக் காதலிப்பதாகக் கூறி நடி என்கிறாள் இதற்கு அண்ணா கையாண்டிருக்கும் உவமை,

"எனக்கொரு உபகாரம் செய்கிறாயா? களவாட வந்தவனை ஒரு கன்னி உபகாரம் செய் என்று கேட்பது படமெடுக்கும் நாகத்தை பார்த்து மாணிக்கம் கொடு என்று கேட்பது போலிருக்கிறதா?" (ஓ.இ. 35)

"மாதரின் இருவிழியும் மதுக்குடங்களல்லவா?"

(ஓ.இ. 22)

"தேனில் விழுந்த ஈ போல" (ஓ.இ.42)

"கண்ணாடி, என்னை ஓர் அழகி என்று கூறுகிறது. உலகமோ, அபாய அறிவிப்பு என்று சொல்கிறது."

(ஓ.இ. 51)

"இதைக் கண்ணாடிபோல பாலீஷ் செய்யணும்."

(வே.14)

"போதும் மூட்டை சுமப்பவனுக்கல்லவா தெரியும் கழுத்து வலி" (வே.14)

"வலி இருக்கிறதென்று கருங்கல்லில் முட்டினால் வலி தீராது மண்டை தான் உடையும்." (வே.14)

"பஞ்சவர்ணக் கிளியைப் பிடித்துக் கொஞ்சி விளையாடலாம் என்று எண்ணிப் பனை மரம் ஏறும் போது பறந்தோடி விட்டது. ஜாதிபேதமென்கிற கூண்டுக்கு தரித்திடக் கம்பிகள் வேறு என்ன உலகம் இது?" (வே.26)

"அதோ பாருடீ..... அந்த நிலாவை
ஆனந்தமா இருக்குடீ
அரிசி சோத்த கண்டாப்புல....." (வேலைக்காரி)

"ரோஜாவைப் பறிக்கும்போது கூடத்தான் முள் தைக்கிறது கையிலே. அதற்காக ரோஜாவை விட்டுவிட முடியுமா? இதெல்லாம் ஒரு கஷ்டமா?" (வே.65)

"அவன் பணத்தை பூதம்போல் காப்பவனாச்சே" (வே.46)

"தலையில் மிளகாய் அரைச்ச மாதிரி என்கிட்டே நடந்துக் கீடாதீங்க." (வே.28)

"எரிகிற நெருப்பிலே எண்ணெய் வார்க்கிற மாதிரி பேசுகிறாயே" (வே.20)

"இப்படிப் புள்ளிமான் போல் துள்ளிக்கிட்டு வரச் சொன்னாரா?" (வே.6)

பழமொழியும் மரபுத்தொடரும்

பழமொழி என்பது பழமையான மொழியாகும். இவை பண்டுதொட்டுப் பழக்கத்திலிருந்து வழிவழியாக வருவதாகும்.

108 அண்ணாவின் மொழி ஆளுமை

பழமொழியை முதுமொழி என்றும் கூறுவர். முன்னோர்கள் தங்கள் வாழ்வியல் உண்மைகளைப் பழமொழி மூலம் விளக்குகின்றனர். அறிஞர் அண்ணாவும் தன் கதைகளில் பழமொழிகளைப் பயன்படுத்தியுள்ளார். அண்ணா பழமொழிகளை இடத்திற்கேற்ப கையாண்ட விதம் சிறப்புடையது. வேலைக்காரி நாடகத்தில் மூர்த்தி என்ற ஒரு பாத்திரம் பகுத்தறிவு வாதியாகப் பழமொழிகளைப் பயன்படுத்தும் விதம் தனிச்சிறப்புடையது. கதாநாயகி அமிழ்தத்திடம் கூறுவதாக,

கிட்டாயின் வெட்டென மற என்ற
பழமொழி தெரியுமா உனக்கு?
அடிமேல் அடி வைத்தால் அம்மியும் நகரும்

என்று மற்றொரு பழமொழி இருக்கின்றதே அது தெரியுமா உனக்கு

சிறு துரும்பும் பல் குத்த உதவும்
கிணறு வெட்ட பூதம் புறப்பட்டதே (ஓர் இரவு)

என்று கேள்வி நடையோடு கலந்த பழமொழிகளை எடுத்துக்காட்டுகின்றார்.

கத்தியைத்தான் தீட்டினாயே ஒழிய உன் புத்தியைத்
தீட்டவில்லை நீ
ஒரே கல்லில் இரண்டு பழம் விழ வேண்டும்
வெள்ளாடு ஓநானை விரும்புவது போல
மீசையில் மண் ஒட்டவில்லை
வெந்த புண்ணிலே வேல் கொண்டு குத்து
பத்தரை மாத்துத் தங்கம்
விலையாகிற பண்டம்
கண்கண்ட தெய்வம்

வெறும் கையை முழம் போடற பயலுக.
நாக்கை பிடுங்கிக்கினு சாகலாம்
இவபவுசுக் கொரு கொண்டை
காலுக்கு வேற தண்டை
அமாவாசையில் நிலவேது? காமவெறி பிடித்தவனுக்கு
தர்மம் எது?

நடைவகைகள்

தொடர்கள் அமைகின்ற அடிப்படையில் மொழிநடையைக் கட்டுரைநடை, விளக்கநடை, விவரிப்பு நடை, கவிதை நடை எனவும், இலக்கிய நடை, உரைநடை, பேச்சுநடை, எளியநடை எனவும் பிரிக்கலாம். எனினும் நடைகளின் வகைப்பாட்டிற்கு வரையறை இல்லை. ஆக்கப்பட்ட படைப்புகளைப் பகுப்பாய்வு செய்வதன் மூலம் நடைகளின் வகைகளைப் பகுக்க முடியும்.

எளிய நடை

அனைவரும் எளிதாகப் படித்தும், கேட்டும் புரிந்து கொள்ளக்கூடிய மக்கள் மொழி நடையினை எளிய நடை எனலாம். இம்மொழி நடையினை அண்ணா தமது படைப்புகளில் பெரும்பான்மையாகக் கையாண்டுள்ளார்.

"ஒரே ஒரு வழிதான் இருக்கிறது." (ஓ.இ. 41)
"கண்ணே சுசீலா? அழாதே." (ஓ.இ. 103)
"என்னடி வேஷம் போடறே? மானம் போகுதே நடடி வெளியே." (வே.70)
"பார்க்கச் செல்லடி உங்க அப்பனை......." (வே.48)
"படி முதல் பக்கத்தை" (வே.45)

விளக்க நடை

விளக்க நடை, எடுத்துக்கொண்ட பொருளை விளக்கமாகச் சொல்லப் பயன்படுவது. இசை இன்பத்தை தரவேண்டுமானால், அதைக் கேட்போரின் உள்ளத்தைக் கொள்ளைக் கொள்ள வேண்டுமானால், யார் முன்னால் பாடப்படுகிறதோ அதை அவர்கள் புரிந்துக் கொள்ளக்கூடிய மொழியில் இருத்தல் வேண்டும். இது அறிவுத்துறையில் அரிச்சுவடி. படைப்பிலக்கியங்களில் ஒரு குறிப்பிட்ட பின்னணி அல்லது நிகழ்ச்சியைச் சித்தரிக்க இந்நடை பயன்படுகிறது.

"கோப்பையை எடுத்து குடிக்கப் போகும் போது, ஜன்னல் வழியாக ஒரு கள்ளன் நுழைவது காண்கிறாள். திடுக்கிட்டுப் போன சுசீலா, உடனே சமாளித்துக் கொள்கிறாள். கள்ளன் அவளைக் கண்டதும், துப்பாக்கியைக் காட்டுகிறான். அவள் அலறவில்லை. புன்னகை புரிகிறாள். கள்ளனுக்கு இலேசாகக் கிலிபிடிக்கிறது. அவனையே உற்று நோக்கியபடி என்னமோ யோசிக்கிறாள் சுசீலா. அவன் அவளைப் பார்த்தபடியே பின் வாங்குகிறான்." (ஓ.இ. 37)

"காதல் என்பது சூது - சுகபோகிகளின் சதி - கவிகளின் கற்பனை - மாளிகையிலே தரப்படும் மது - என்று என் தாயார் எனக்குக் கூறி இருக்கிறார்கள்." (ஓ.இ. 41)

"காதல் சதி அல்ல, வலை சிக்கினவர் தப்புவதில்லை வானவில் ஆனால் இருக்கும் வரையில் அழகு அற்புதமாக இருக்கும். கைகூடினால் விருந்து இல்லையோ அதுவே விஷம். காதல் சந்திரன் போல ஜோதியாகவும் இருக்கும் சிலசமயம் நெருப்பாகவும் எரிக்கும்." (ஓ.இ. 41)

"போகிறாள் பார் விபசாரி
குலுக்கி நடக்கிறாள்
மினுக்கிக் கொண்டு திரிகிறாள்
மிட்டாதாரனை மயக்கினாள்" (ஓ.இ. 51)

"பூ விற்றால் பூக்காரி. பிச்சை எடுத்தால் பிச்சைக்காரி, சிங்காரித்துக் கொண்டால் சிங்காரி. நீ வேலை செய்கிறாய் அதனால் வேலைக்காரி." (வேலைக்காரி)

வருணனை நடை

நாவலில் வருணனை சுவையூட்டக் கூடியது. கதாபாத்திரங்களையும் இடத்தையும், சூழலையும், காலத்தையும் அவற்றின் பின்னணியோடு புரிந்துகொள்ள வருணனை உதவுகிறது. கதையில் ஏதேனும் ஒரு சூழலைப் பற்றி விளக்கும் போது அச்சூழலைப் புரிந்து கொள்ளவும், கதாபாத்திரங்களின் இயல்புகளை நன்கு அறிந்து கொள்ளவும் வருணனை துணைபுரிகின்றது.

"கண்ணு இருக்கு அரிக்கன் லைட் மாதிரி
பல் இருக்கு பச்சரிசி மாதிரி" (வே.24)

பேச்சு நடை

அண்ணாவின் படைப்புகளில் பல இடங்களில் பேச்சு வழக்குச் சொற்களும் தொடர்களும் பயன்படுத்தப்பட்டுள்ளன,

"நிஜத்தை சொல்லு
சத்தியமா, இது எங்க வீட்டுதுதான்
உங்க அம்மாவுதா?

இல்லை

உன் சம்சாரத்துதா?

ஆமாம் இருந்தா என்ன?" (ஒ.இ. 91)

"நமக்கு இது பழக்கம் டாக்டர். போலிசிலே எப்பவாவது சிக்கிக்கிட்டா, கொன்னு போடுவாங்கோ. ஒரு அடி இரண்டு அடி விழுந்ததும், கீழே பிணம் போல விழுந்துவிட்டா அடியிலே இருந்து தப்பிக்கலாம். மூச்சிபேச்சே இல்லாமே கிடப்பேன் கால் மணிநேரம் கூட, அதெல்லாம் சாதகத்தாலே வர்றது." (ஒ.இ. 103)

5. அண்ணாவின் ஆளுமைத்தொடர்கள்

* போட்டியும், பொறாமையும், பொய் சிரிப்பும் நிறைந்த இவ்வுலகில் நமது பாதையில் நாம் நேராக நடந்து செல்ல நமக்கு துணையாக இருப்பது கல்வி மட்டுமே.

* அழகு ஒரு ஆபத்தான ஆயுதம் அதனால் ஆளப்படுபவர்கள் ஆண்கள் ஆள்பவர்கள் பெண்கள்.

* விதியை நம்பி, மதியை பறிகொடுத்து, பகுத்தறிவற்ற மனிதர்களாக வாழ்வது மிக மிகக் கேடு.

* ஜாதிகள் இருந்தே ஆக வேண்டும் என்று எண்ணுபவர்கள் எவ்வழி உலகம் செல்கிறது என்பதை அறியாத ஏமாளிகள்.

* பொது வாழ்வு புனிதமானது உண்மையோடு விளங்கும் உயர் பண்பு தான் அதற்கு அடித்தளமானது.

* சாதாரண மக்களை யார் வேண்டுமானாலும் ஏய்த்து விட முடியும் என்று நினைக்காதீர்கள். ஒரு சாமானியன் படிப்பறிவு இல்லாது இருக்கலாம் ஆனால் வளமான பொது அறிவு பெற்று இருக்கிறான். எது வெண்ணெய், எது சுண்ணாம்பு என்று வித்தியாசம் கண்டறிய அவனுக்கு தெரியும்.

* சீமான்களில் சிலருக்குக் கூட சிற்சில சமயங்களில் ஏழையின் கண்ணீரைத் துடைக்க வேண்டும் என்கிற ஆசை வருவதுண்டு. ஆனால், அந்த ஆசை நிறைவேறுவதில்லை. காரணம், பிரபுக்களின் பட்டுத் துணிகளுக்கு ஏழையின் கண்ணீரைத் துடைக்கும் ஆற்றல் கிடையாது.

* அறிவுப் பண்ணைக்குப் பணியாற்ற முன் வருபவர்களை நாடு வரவேற்பதில்லை. நையாண்டி செய்கிறது. மதிப்பளிப்பதில்லை. தொல்லை தருகிறது. எனினும் அந்த ஒரு சிலரால்தான் நாடு முன்னேறுகிறது.

* 'பகலோனைக் கண்டதும் மலர்ந்திடும் பங்கஜத்தைப் (தாமரைப்) பட்டத்தரசனும் கூட சட்டமிட்டுத் தடுத்துவிட முடியாது. இதுபோலத்தான் உண்மைக் காதல் என்னும் உத்தம உணர்ச்சியை ஓராயிரம் பேர் முயன்றாலும் ஒரு நாளும் அழித்துவிட முடியாது.

* பல திறம்பட்ட கருத்துக்கள் உலவி ஒன்றோடொன்று போரிடும் தன்மை படைத்ததோர் போர்க்களம்தான் பேச்சு மேடை. அந்தக் களத்திலே பரிசும் உண்டு, பகையும் உண்டு.

* கட்டுப்பாடும், ஒழுங்கும் கட்டாயம் நமக்குத் தேவை. இவை சாதாரணமானவை தான். ஆனால், இம்மாதிரி சாதாரண வி'யங்களைக் கொண்டுதான் ஒரு சமூகத்தை எடை போட முடியும்.

* நமக்கென்ன என்று கூறும் சுயநலமிகளும், நம்மால் ஆகுமா என்று பேசும் தொடை நடுங்கிகளும், ஏன் வீண் வம்பு என்று சொல்லும் கோழைகளுமல்ல நாட்டுக்குத் தேவை. வீரர்கள் தேவை. உறுதிபடைத்த உள்ளங்கள் தேவை.

* பிறருக்கு தேவைப்படும் போது நல்லவர்களாக தெரியும் நாம் தான், அவர்களது தேவைகள் முடிந்தவுடன் கெட்டவர்களாகி விடுகின்றோம்.

* எதையும் தாங்கும் இதயம் வேண்டும்,
* மறப்போம் மன்னிப்போம்,
* கத்தியை தீட்டாதே புத்தியைத் தீட்டு,
* எங்கிருந்தாலும் வாழ்க,
* ஏழையின் சிரிப்பில் இறைவனைக் காண்போம்,
* மாற்றான் தோட்டத்து மல்லிகைக்கும் மணம் உண்டு,
* மக்கள் தொண்டே மகேசன் தொண்டு

* உழைத்து வாழ்பவனே வணக்கத்தக்கவன், வாழ்த்துக்குரியவன், அந்த உழைப்புக்கு ஊறு ஏற்படுவது சமுதாயத்தில் நல்வாழ்வையே புரையோடச் செய்வதாகும்.

* போட்டியும் பொறாமையும் பொய்ச்சிரிப்பும் நிறைந்த இவ்வுலகில் நமது பாதையில் நாம் நேராக நடந்துசெல்ல நமக்குத் துணையாக இருப்பது கல்வி மட்டுமே.

* எதிரிகள் தாக்கித் தாக்கித் தங்கள் வலுவை இழக்கட்டும் நீங்கள் தாங்கித் தாங்தி வலுவைப் பெற்றுக்கொள்ளுங்கள்.

* பகுத்தறிவைப் பயன்படுத்துவதில்லை என்று முடிவுசெய்த பிறகு, மனிதனிடம் வாதிடுவது என்பது செத்துப்போன மனிதனுக்கு மருந்தூட்டுவதற்கு நிகராகும்.

* நடந்தவை நடந்தவையாக இருக்கட்டும் இனி, நடப்பவை நல்லவையாக இருக்கட்டும்

* கண்டனத்தைத் தாங்கிக்கொள்ளும் திடமனம் இல்லையென்றால், கடமையை நிறைவேற்ற முடியாது.

* கட்டுப்பாடும் ஒழுங்கும் கட்டாயம் நமக்குத் தேவை, இவை, சாதாரணமானவை தான். ஆனால், இம்மாதிரி சாதாரண விஷயங்களைக் கொண்டு தான் ஒரு சமூகத்தை எடைபோட முடியும்.

* வைரம் ஜொலிக்க வேண்டுமானால், சானைப் பிடிக்கத்தான் வேண்டும், தங்கம் பிரகாசிக்க வேண்டுமானால், தணலில் காய்ச்சத் தான் வேண்டும். ஆம், அதேபோல், நல்வாழ்வு பெறவேண்டுமானால் நாம் பகுத்தறிவுப் பாதையில் செல்லத் தான் வேண்டும்.

* மக்களால் தேர்ந்தெடுக்கப்பட்டவர்கள் தங்களுக்குத் தாங்களே நம்பிக்கை உள்ளவ்களாக நடந்துகொண்டால் போதாது. தேர்ந்தெடுத்த மக்களுக்கும் நம்பிக்கை உள்ளவர்களாக நடந்து கொள்ள வேண்டும்.

* பிறருக்குத் தேவைப்படும் போது, நல்லவர்களாக நாம் தான், அவர்களது தேவைகள் தீர்ந்தவுடன் கெட்டவர்களாக இருக்கிறோம்.

* புகழை நாம் தேடி செல்லக்கூடாது, அதுதான் நம்மைத் தேடிவரவேண்டும்.

* நெஞ்சிலே வலு இருப்பின் வெற்றி தஞ்சமென்று உரைத்து வந்து நம்மிடம் கொஞ்சுவது உறுதி.

* சாதி முறையை நாம் எதிர்க்கிறோம் என்றால், சமதர்மத்திற்கான சூழ்நிலையை ஏற்படுத்துகிறோம் என்று அர்த்தம்.

* சமத்துவம், சமதர்மம் போன்ற இலட்சியங்களைப் பேசுவது சுலபம், சாதிப்பது கடினம்.

* மோரைக் கடைந்து வெண்ணெய் எடுப்பது போல, அறிவை வளர்த்துக் கொண்டு பலன் பெறவேண்டும்.

* உலகின் பிளவு, குடும்பத்தில் ஆரம்பிக்கின்றது.

* ஊக்கத்தைக் கைவிடாதே, அதுதான் வெற்றியின் முதல் படிக்கட்டு.

* ஒரு நல்ல நூலைப்போலச் சிறந்த நண்பனும், நெருக்கமான உறவினனும் எனக்கு வேறு இல்லை.

* ஒரு ஜனநாயக சமுதாயத்தில் கருத்துக்களைச் சொல்வதற்குத் தடையோ, சுதந்திர உணர்வுகளுக்கு அழிவு தரும் நடைமுறைகளோ கண்டிப்பாக இருக்கக் கூடாது.

* அஞ்சா நெஞ்சு படைத்த இலட்சியவாதிகள் தான் ஒரு நாட்டிற்குக் கிடைக்ககக்கூடிய ஒப்பற்ற செல்வங்கள். ஏனெனில் பணம் வெறும் இரும்புப் பெட்டியில் தான் தூங்கும். ஆனால், இந்த செல்வங்களோ மக்களின் இதயப்பெட்டிகள் தோறும் நடமாடுவார்கள்.

* கடவுள் ஒன்று, மனிதநேயமும் ஒன்றுதான். ஒன்றே குலம் ஒருவனே தேவன்.

* சட்டம் ஒரு இருட்டறை, அதில் வழக்கறிஞரின் வாதம் ஒரு விளக்கு.

6. நிறைவுரை

தமிழ் உரைநடை வரலாற்றில் தமக்கென ஒரு தனி நடையினை உருவாக்கித் தந்தவர் அறிஞர் அண்ணா என்பதை இந்நூல் வெளிப்படுத்தியுள்ளது.

எதுகை, மோனை, அடுக்குச் சொற்கள், உவமை, உருவகம், ஓசை நயம், பழமொழிகள், மரபுத்தொடர்கள் என பல்வேறு நடையியல் கூறுகளை அண்ணா தம் நடையில் பயன்படுத்தியுள்ளார். எனினும் இவர் எதுகையை விட மோனையை மிக அதிகமாக தம் மொழியில் பயன்படுத்தியுள்ளார். அவ்வாறே இயைபும் அவருடைய நடையிலே இயல்பாகவும் அதிகமாகவும் அமைந்துள்ளதைக் காணமுடிகின்றது. அடுக்குச் சொற்களைப் பயன்படுத்தியதால் இவர் "அடுக்கு மொழி அண்ணா" என்று புகழ்பட்டுள்ளார். அதற்கான சான்றுகளை இந்நூல் அளித்துள்ளது.

நல்ல தமிழ் நடையை மக்களிடையே பரவ செய்ததில் அண்ணாவின் பங்கு இன்றியமையாதது. எனினும் அண்ணாவின் நடையிலே ஆங்கிலச் சொற்களும், வடமொழிச் சொற்களும் மிகுந்து காணப்படுகின்றன. அவருடைய பன்மொழி அறிவு அவருடைய நடையில் வெளிப்படுகின்றது.

பாத்திரங்களின் தன்மையை வெளிக் கொணர்வதற்காக அண்ணா பேச்சு மொழியையும் ஆங்காங்கே பயன்படுத்தியுள்ளார். அவருடைய நடை பாமர மக்களுக்கும் புரியும் வகையிலான ஓர் இயல்பு நடையாக அமைந்துள்ளது.

நடை என்பது ஒரு கருத்தின் உடை என்பார் போப், நடை ஒரு படைப்பாளியின் தனி ஆளுமையைப் புலப்படுத்தவல்ல கூறு என்கிறார் அட்சன். இலக்கியத்திற்குத் தெளிவு இன்றியமையாத பண்பாகும். ஆற்றலும், கருத்து நுட்பமும் செவ்வனே அமையப் பெற்றால் தான் தெளிவு ஏற்படும். பேச்சு வழக்கு, எழுத்து வழக்கு என்ற இரண்டும் இணை கோடுகளாக இருக்கும் சூழலில் எழுத்து நடையில் எழுதுவதா? அல்லது பேச்சு வழக்கில் எழுதுவதா? என்ற கருத்து வேறுபாடுகள் இருந்து வந்த நிலையில் பாத்திரங்களுக்கு ஏற்ற நடை என்று அண்ணா கையாண்ட மொழி நடையும், சொல்லாட்சியும், தொடர் அமைப்பும் இச்சிக்கலைத் தீர்த்து வைத்துள்ளது என்றே கூறலாம். அண்ணாவின் தெளிவான சிந்தனையும், மொழிப்பற்றும், தன்னுணர்வும், அழுத்தமான நடையின் வாயிலாக சிறப்பாக வெளிப்படுகின்றது என்பதில் எவ்வித ஐயமும் இல்லை.

அண்ணாவின் நடை சுவை பயப்பது, ஓசை நயம் மிக்கது, உவமைகளால் உயிர் பெற்றது, ஆரவாரம் இல்லாதது, அழுத்தம் மிகுந்தது, கதையின் கருவோடு ஒன்றியது, படைப்பினை மிளிரச் செய்வது என்பதில் வேறு கருத்து இல்லை.

எதுகை, மோனை, இயைபு ஆகிய ஒலிநிலையிலான நடையியல் கூறுகள் அண்ணாவின் மொழியில் மிகுந்து காணப்படினும், மோனை மற்றும் இயைபின் பயன்பாடு அதிகமாகக் காணப்படுகின்றது. இவை அண்ணாவின் மொழிநடைக்கு எழில் ஊட்டுகின்றன.

இவ்வாய்வுக்குத் தரவுகளாக எடுத்துக் கொள்ளப்பட்ட இரு நாடகங்களிலும், நாடகக் கதை மாந்தர்கள் தம் உணர்வுகளுக் கேற்ப உரையாடுவதால் அவர்கள் பேச்சில் எழுத்து மொழி

குறைந்தும், பேச்சு மொழி, வடமொழிச் சொற்கள், ஆங்கிலச் சொற்கள், வழக்குச் சொற்கள் மிகுந்தும் காணப்படுகின்றது. சமுதாய அவலங்களையும், கொடுமைகளையும் சாடும் வகையிலே வசவுச் சொற்களும் அதிகம் பயன்படுத்தப் பட்டுள்ளது.

அடுக்குத் தொடர்கள், அடை ஈற்றுத் தொடர்கள், வினாத் தொடர்கள், வினா-விடைத் தொடர்கள், எதுகை, மோனை, இயைபு, முரண் தொடர்கள், எச்சத் தொடர்கள் ஆகிய தொடர் வகைகள் அண்ணாவின் படைப்புகளில் பரவிக் கிடக்கின்றன.

உத்திகளாக உவமை அதிகமாகவும் உருவகம் அரிதாகவும் பயன்படுத்தப்பட்டுள்ளது. அண்ணாவின் அனுபவ அறிவின் வெளிப்பாடாக பழமொழிகளும், மரபுத் தொடர்களும் ஆங்காங்கே பயன்படுத்தப்பட்டுள்ளன.

அண்ணா பாமர மக்களுக்கும் புரியும் வகையிலே மிக எளிய நடையைக் கையாண்டுள்ளார். தேவைப்படும் இடங்களில் விளக்க நடை, வருணனை நடை, பேச்சு நடைகளையும் தம் படைப்புகளில் பயன்படுத்தியுள்ளார்.

சிந்தனையைத் தூண்டும் இடங்களிலெல்லாம் வினாத் தொடர்களைப் பெய்து எழுதுகிறார். வினா-விடைத் தொடர்களையும் உரையாடல் போக்கிலே கொண்டு செல்கிறார்.

"எண்ணாத் துறை நாடி
எண்ணிம் பிறர் நலம்
ஏற்பச் செய்தான்
அண்ணாதுரை, அறிஞன்
சொற்பெருக்கில் நற்றொடர்கள்
ஆய்ந்தெடுத்துப்

பண்ணாத் துறை என்ன?
வீழ்ந்த புகழ் மீட்டான்
பார்ப்பனத் தீ
நண்ணாமற் செய்தான்
திராவிடர்க்கு வாழ்வளித்தான்
நன்றே நன்றே"

என்பது பாவேந்தர் பாரதிதாசன் அண்ணாவின் மொழி ஆளுமைக்குச் சூட்டிய புகழாரம். இவ்வாய்வும் அண்ணா அவர்களின் மொழி ஆளுமையை உறுதி செய்கின்றது.

படைப்பாளி தான் படைக்கும் சொல்லாட்சி, கருத்துச் செறிவு, மொழித்திறன் ஆகியவற்றைக் கொண்டே படிப்போருக்கு உணர்வூட்ட முடியும். அண்ணாவும் தன் சிறந்த தேர்ந்தெடுத்த மொழிநடையின் வாயிலாக படிப்போருக்கு இவ்வுணர்வினை ஊட்டுகிறார்.

பயன் கொண்ட நூல்கள்

1. அண்ணாதுரை, சி.என்., 1947, நீதிதேவன் மயக்கம், திராவிட நாடு.

2. அண்ணாதுரை, சி.என்., 1949, செவ்வாழை, திராவிட நாடு.

3. அண்ணாதுரை, சி.என்., 1961, கன்னி விதவையான கதை, திராவிட நாடு.

4. அண்ணாதுரை, சி.என்., 1996, அண்ணாவின் சிறுகதைகள், மணிவாசகர் பதிப்பகம்.

5. அண்ணாதுரை, சி.என்., 1998, ஆரியமாயை, பாரதி பதிப்பகம், சென்னை.

6. அண்ணாதுரை, சி.என்., 2008, ஓர் இரவு, பாவை பப்ளிகேஷன்ஸ் சென்னை.

7. அண்ணாதுரை, சி.என்., 2008, வேலைக்காரி, பாவை பப்ளிகேஷன்ஸ் சென்னை.

8. அண்ணாதுரை, சி.என்., 2008, அண்ணாவின் குறும்புதினங்கள் (தொகு.1,2,3,4), கங்காராணி பதிப்பகம், சென்னை.

9. இரபிசிங், ம.செ., 1999, அண்ணாவின் மொழிநடை, திபார்க்கர், சென்னை.

10. இளம்பூரணர் உரை, 1973, தொல்காப்பியம் (சொல்), சை.சி.நூ.ப.கழகம், சென்னை.

11. இளம்பூரணர் உரை, 1953, தொல்காப்பியம் (பொருள்), சை.சி.நூ.ப.கழகம், சென்னை.

12. சித்திரபுத்தன், அ., 2010, பேரறிஞர் அண்ணாவின் படைப்புகளில் மொழிநடையும் சொல்லாட்சியும், தமிழ்ப்பல்கலை கழகம், தஞ்சாவூர்.

13. சுந்திரமூர்த்தி, கு. (ப.ஆ), 1967, தண்டியலங்காரம், திருப்பனந்தாள்

14. சுந்திரமூர்த்தி. இ., 1994, நடையியலும் இலக்கியமும், நியூ செஞ்சுரி புக் ஹவுஸ் (பி) லிட், சென்னை.

15. திருவள்ளுவர், 2004, திருக்குறள், வெ.இராமலிங்கனார், பூம்புகார் பதிப்பகம், சென்னை.

16. நீதிவாணன். ஜெ., 2001, நடையியல், தெ.பொ.மீனாட்சி சுந்தரனார் நினைவு அறக்கட்டளை, மதுரை.

17. முரளிதரன், இரா., அருள்ராஜ், வே.சா., 2009, பேரறிஞர் அண்ணாவின் படைப்புகளில் மொழிநடை, இந்திய மொழிகள் பள்ளி, தமிழ்ப்பல்கலைக் கழகம், தஞ்சாவூர்.

18. வேணுகோபாலப்பிள்ளை, 1960, யாப்பருங்கலம், அரசினர் கீழ்த்திசைச் சுவடி நூலகம், சென்னை.

19. ரேணுகாதேவி, வீ., 2007, ஜீவாவின் மொழிநடை, ஜீவா நூற்றாண்டு விழாக் கருத்தரங்கு, தமிழியற்புலம், மதுரைகமராசர் பல்கலைக்கழகம், மதுரை.

20. ரேணுகாதேவி, வீ., 2012, சங்கப் பெண்பாற் புலவர்களின் மொழிநடை, உலகத் தமிழ் ஆராய்ச்சி நிறுவனம், சென்னை

21. ரேணுகாதேவி, வீ., 2015, புதுக்கவிதைகளில் மொழி நடை, புதுக்கவிடையும் தமிழ் வளர்ச்சியும், உலகத்தமிழ்ச் சங்கம், மதுரை.

22. ரேணுகாதேவி, வீ, 2015, திருக்குறளின் மொழிநடை, பன்னாட்டுத் திருக்குறள் மலர், உலகத் தமிழ்ச் சங்கம், மதுரை.

23. Alan Warner, 1964, A Short Guide to English Style, Oxford, University Press.

24. Basham. A.L., 1967, The Wonder that was India, Fontana, Collins.

25. Corbett, Edward, P.J., 1971, Classical Rhetoric for the Modern Student, Oxford University, Oxford.

26. Enkrist, N. Z., 1964, Lingusitics and Style, Oxford University, Oxford.

27. Ghosh, D.N., 1970, Principles of Literary Criticism, Kitabghar, Gwaliar.

28. Kamil V. Zvelebil, 1989, Classical Tamil Prosody: An introduction, New Era Publications, Madras.

29. Middieton Murray, 1956, Problems of Style, Oxford University Press, Oxford.

30. Sebeok, Thomas A., (Ed.,) 1960, Style in Language (Part: Nine), M.I.T and John Wiley and Sons, New York.

31. Spencer, John, (Ed.,) 1965, Linguistics and Style, Oxford, London.

32. Turner, G.K., 1973, Stylistics, Penquion, Harmondsworth.

33. Ulmann, Stephen, 1966, Linguistics and Style, Basie Blackwill, Oxford.